खांडेकर रजत-स्मृती पुष्प

क्षितिजस्पर्श

I0678686

वि. स. खांडेकर

संपादक
डॉ. सुनीलकुमार लवटे

मेहता पब्लिशिंग हाऊस

◆ *या पुस्तकातील लेखकाची मते, घटना, वर्णने ही त्या लेखकाची असून त्याच्याशी प्रकाशक सहमत असतीलच असे नाही.*

KSHITIJSPARSH by V. S. KHANDEKAR

क्षितिजस्पर्श : वि. स. खांडेकर / रूपककथा संग्रह

संपादक : डॉ. सुनीलकुमार लवटे

© सुरक्षित

मराठी पुस्तक प्रकाशनाचे हक्क मेहता पब्लिशिंग हाऊस, पुणे.

प्रकाशक : सुनील अनिल मेहता, मेहता पब्लिशिंग हाऊस,
१९४१, सदाशिव पेठ, माडीवाले कॉलनी, पुणे - ४११०३०.

मुखपृष्ठ : शैलेश मांडरे

प्रकाशनकाल : नोव्हेंबर, २००२ / मे, २००६ / मार्च, २०१४ /
पुनर्मुद्रण : एप्रिल, २०१७

P Book ISBN 9788177662771

E Book ISBN 9789386342669

E Books available on : play.google.com/store/books
www.amazon.in

हस्तिदंती छोटा ताजमहाल

रूपककथा वाचण्यात मला नेहमीच शोभादर्शकातील रंगीबेरंगी काचेच्या तुकड्यांनी साकारणाऱ्या बहुकोणी, चित्ताकर्षक नक्षी न्याहाळण्याचा आनंद मिळत आला आहे. रूपककथा वाचण्याचा हा छंद मला सन १९८० च्या दरम्यान जडल्याचं आठवतं. पीएच.डी. झाल्यानंतर काही मौलिक वाचावं, लिहावं, अनुवाद करावा असं वाटत असायचं. अशा चाचपणीत वि. स. खांडेकरांची रूपककथा 'चकोर आणि चातक' माझ्या वाचनात आली. ती मला खूप आवडली. नंतर मी खांडेकरांच्या कथा, रूपककथा वाचण्याचा सपाटाच लावला. त्यातून 'वि. स. खांडेकर की श्रेष्ठ कहानियाँ' (१९८३) हा अनुवादित संग्रह साकारला, प्रकाशित झाला नि पुढे त्यास 'उत्कृष्ट अनुवाद कृती' म्हणून भारत सरकारचा राष्ट्रीय पुरस्कारही लाभला. या संग्रहात मी 'चकोर आणि चातक'चा आवर्जून समावेश केला होता. सन १९९७ साली 'खांडेकर जन्मशताब्दी'चं औचित्य साधून 'वनदेवता' रूपककथा संग्रहामधील स्वातंत्र्योत्तर कालखंडातील निवडक पन्नास रूपककथांचा संग्रह 'शान्ति' अनुवादित केला. तो भारतीय वाचकांनी पसंत केला. 'शान्ति'च्या जुळवाजुळवीत माझ्या लक्षात आलं की, 'वनदेवता' (१९६०) नंतरही खांडेकरांनी अनेक रूपककथा लिहिल्यात. खांडेकरांची शेवटची अपूर्ण कादंबरी 'सोनेरी स्वप्न भंगलेली' पूर्ण करून हिंदीत अनुवादित करत असताना, सन १९८४ च्या दरम्यान त्या कादंबरीच्या शीर्ष पृष्ठावरील खांडेकरांची शेवटची रूपककथा 'मृत्यू' वाचली अन् वाटलं की खांडेकरांच्या रूपककथांचे समग्र आकलन व्हायचे तर 'वनदेवता'नंतरच्याही साऱ्या रूपककथा संकलित व्हायला हव्यात. तीव्र इच्छा असली की, अशक्य ते शक्य होतं म्हणतात. 'क्षितिजस्पर्श' हे त्याचंच प्रत्यंतर. या रूपककथा संग्रहात सन १९५९ ते १९७६ या कालखंडातील वि. स. खांडेकरांच्या चव्वेचाळीस रूपककथा संग्रहित आहेत. त्यातील अधिकांश त्या कालखंडातील विविध दिवाळी अंकात प्रकाशित झाल्या आहेत.

'क्षितिजस्पर्श'पूर्वी वि. स. खांडेकरांचे चार रूपककथा संग्रह वाचकांच्या हाती आहेत. 'कलिका' (१९४३), 'मृगजळातील कळ्या' (१९४४), 'सोनेरी सावल्या' (१९४८), 'वनदेवता' (१९६०) या व अन्य संग्रहांतून यापूर्वी १४५ रूपककथा

संकलित झाल्यात. 'क्षितिजस्पर्श'मुळे ही संख्या १८९ च्या घरात जाते. इतक्या विपुल संख्येने रूपककथा लिहिणारे खांडेकर हे रूपककथा लेखनात केवळ सांख्यिक कीर्तिमानच स्थापित करीत नाहीत तर वेळोवेळी त्यांनी रूपककथेच्या तंत्र नि स्वरूपाविषयी जे लेखन केले आहे त्यामुळे ते रूपककथेचे संजीवक भाष्यकारही ठरतात.

खलील जिब्रानच्या रूपककथांच्या अनुवाद व विवेचनाद्वारे खांडेकरांनी 'सुवर्णकण' (१९४४) व 'वेचलेली फुले' (१९४८) मधून रूपककथेविषयीची आपली धारणा व तळमळ स्पष्ट केली आहे.

'सागरा, अगस्ति आला' (१९३१) च्या लेखनाने वि. स. खांडेकरांच्या रूपककथेचा प्रारंभ झाला. 'मृत्यू' (१९७६) पर्यंत (सर्वार्थानी!) ते रूपककथा लिहीत राहिले.

प्रा. प्र. ना. कवठेकरांनी रूपककथेस 'ध्वनिकथा' संबोधून तिचं स्वरूप नि तंत्र आपल्या 'ध्वनिकथा : प्रबंध आणि गोष्टी'मध्ये स्पष्ट केलंय. 'निसर्गातील वस्तु वा पशुपक्षी यांच्यातून मोजकी पात्रे घेऊन मनावर एकच एक ठसा उमटविणारी आणि सबंध मानवी कथा ध्वनित करणारी कथा' म्हणून त्यांनी रूपककथेची ओळख करून दिलीय. परिणामकारकता, संयम, ध्वनिवैविध्य, विशाल दृष्टिकोन, प्रज्ञा नि प्रतिभेचा संगम नि काव्यात्मकता सारख्या वैशिष्ट्यांनी नटलेल्या या रूपककथा! खांडेकरांनी या कथांचं वर्णन 'हस्तिदंती छोटा ताजमहाल' म्हणून केलंय नि ते खरंही आहे. रूपककथेत कल्पनेची चमत्कृती असते. पशू, पक्षी, सूर्य, चंद्र अशी निसर्गातील सजीव, निर्जीव रूपकं असतात. रूपककथाकार लालित्यपूर्ण पद्धतींनी रूपकांची रचना करून मार्मिकतेने ती आपल्यापुढं सादर करतो. या कथांतील सूचकता मोठी लक्षवेधी असते. तीत विशालता असते तद्वतच जीवनावर विदारक प्रकाश टाकण्याची तिच्या अंगी असलेली शक्ती नि क्षमता पाहिली की, वाचक अंतर्मुख होतो. रूपककथेची चण असते छोटी, पण 'गागर में सागर' वा 'बूँद में समुंदर' अशी ती आशयघन असते. सौंदर्य नि सामर्थ्याचा तिच्यातील अनोखा संगम कथेत एक नवीच रंगत निर्माण करतो. रूपककथा मानवी जीवनाचं शल्य मोठ्या कौशल्यानं उकलतात.... जखमेवरची खपली अलगद काढावी तशा सावधपणे. या कथांत मानवी जीवन व मनातील गुंता चित्रित करण्याचं नि सोडविण्याचं विलक्षण कसब असतं. कथांचा अनपेक्षित अंत खचितच उद्‌बोधक, प्रेरक नि कलात्मकही असतो. 'क्षितिजस्पर्श'मधील कथांत रूपककथाकार खांडेकर आपल्या जीवनाचा उत्तररंग चित्रित करताना दिसतील नि ते स्वाभाविकही म्हणावं लागेल. वृद्धत्व, अंधत्व अशा विपरित परिस्थितीत लिहिल्या गेलेल्या या अधिकांश कथा. खांडेकरांमधील कुशल कारागीर नि गंभीर

विचारक अनुभवायचा तर या संग्रहातील 'तत्त्वमसि', 'वृद्ध प्राजक्त', 'शिंपला', 'मृत्यू'सारख्या रूपककथा वाचायलाच हव्यात.

वि. स. खांडेकरांनी अजाणतेपणी रूपक लेखनास प्रारंभ केला तरी उत्तरकालात मात्र त्यांनी त्या जाणीवपूर्वक जोपासल्या. स्वरूप नि तंत्राच्या दृष्टीने त्यांनी रूपककथेत विविध प्रयोग केले. विष्णू शर्मा, इसाप, खलील जिब्रान, रवींद्रनाथ टागोर, स्टीफन झ्वाइग, चेकॉफ, ख्रिश्चन जेलर्ट, ला फॉन्टेन, सोलोगब, चॉसर, स्पेन्सर, जॉन बन्यनसारख्या विश्वविख्यात रूपककथाकारांचं लेखन त्यांनी वाचलं होतं. या कथाकारांप्रमाणे खांडेकरांनी रूपककथेन्तर्गत प्रतीककथा, भावकथा, चरित्रकथा, द्वंद्वकथा, लघुत्तमकथा अशा वेगवेगळ्या स्वरूपाच्या कथा लिहिल्या. 'क्षितिजस्पर्श' म्हणजे या साऱ्या प्रकारांचं सुंदर संमेलनच! विचारधारेच्या दृष्टीने म्हणाल तर आदर्शवादी रूपककथांचा प्रारंभिक तोंडावळा उत्तरार्धात सापेक्षवादी, दैववादी झालेला आढळतो. प्रारंभापासूनचं रूपकवैविध्य 'क्षितिजस्पर्श'मध्येही आढळतं. प्राणी, पक्षी, कीटक, निसर्ग घटक, माणसांचे प्रकार, देव, दानव, पिशाच्च, वृक्ष, फुले सारी सृष्टी त्यांच्या रूपककथांत प्रतिबिंबित झाल्याचं लक्षात येतं. जीवनाचे हर्ष, शोक, पाप, पुण्य, सुख, दुःख, विरह, पश्चात्ताप साऱ्या भाव-भावनांचे, स्थितीचे चित्रण हे त्यांच्या रूपककथांचं वैशिष्ट्य म्हणावं लागेल. डॉ. एस. एस. भोसले यांच्या विधानात थोडी दुरुस्ती करून, जोड देऊन खांडेकरांच्या रूपककथांविषयी म्हणता येईल की, 'मृगजळातल्या कालिकांच्या' या सोनेरी सावल्या वनदेवतेसाठी इंद्रधनुष्याचे शतरंग घेऊन क्षितिज स्पर्शत सुवर्णकण नि फुले वेचत आहेत असे वाटते.

'जशी दृष्टी तशी सृष्टी' हे जीवनसूत्र सांगणारी 'कवी आणि मुंगी' ही या संग्रहातील कथा जीवनातली स्वप्नं नि वास्तवाचं द्वंद्व चित्रित करते. 'कृपा कर, तुझी नौका वळीव' प्रकाराच्या दृष्टीने प्रतीककथेजवळ येणारी रचना. असीम इच्छा आकांक्षांची परिणती चिरशांती हरवण्यात होणार नाही तर काय? 'दोन ओळी' रूपककथा नाही. फार तर तिला लघुत्तम कथा म्हणता येईल. संतवचनं आचरण्यास कठीण असतात असा ध्वनी सूचित करणारी ही रचना. 'साक्षात्कार' निसर्गाची अगाध लीला समजाविते. या संग्रहातील 'श्रीकृष्ण' ही चरित्रप्रधान भावकथा. कृष्णाचे कौमार्य, तारुण्य, प्रौढत्व नि वृद्धत्वावस्थेतील चहुमुखी व्यक्तिमत्त्व खांडेकरांनी अल्पाक्षरात चित्रित करून कलात्मक शिवधनुष्य उचलण्याच्या आपल्या असाधारण क्षमतेचा एका अर्थाने प्रत्ययच आणून दिला म्हणायचा. 'ओहोटी'सुद्धा भावकथेच्या श्रेणीत मोडते. अज्ञाताचा शोध हा माणसाचा पुरातन छंद. सुखाची 'गुहा' तो शोधू लागला की, स्वप्नभंगाचं दुःख अटळ. 'दोन प्रवासी' ही 'कवी आणि मुंगी'प्रमाणे भिन्न प्रवृत्तींचं दिग्दर्शन करणारीच कथा. 'प्रीती आणि भक्ती' मात्र व्यवच्छेदक द्वंद्व कथा मानावी लागेल. पृथ्वी नि सूर्यफुली ('सदाफुली'चं हे

खांडेकरीय अपत्य!) च्या माध्यमातून खांडेकरांनी प्रीती व भक्तीमधील अंतर, त्यांच्या सीमारेषा, भाववैभिन्य चपखल शब्दात व्यक्त केल्यात. खांडेकर 'त्रिमूर्ती'त सत्यं, शिवं, सुंदरम्चं महत्त्व, त्यांचं समन्वित रूप कामिनी, जादूगारीण नि योगिनीच्या माध्यमातून, रूपकातून स्पष्ट करतात. 'सूर्याला सल्ला' रूपककथा घड्याळाला लहान तोंडी मोठा घास न घेण्याचा सल्लाच जणू देते. 'शोध' ही 'गुहा' सारखीच सुखाचा शोध घेणारी रूपककथा. 'अनामिकाची कहाणी' ही या संग्रहातील दैववादी विचारसरणीची कथा होय. खांडेकर कधीकधी तोच तो विचार, त्याच त्या रूपकातून मांडताना आढळतात. 'मुंग्या' हे त्याचं ठळक उदाहरण.

'तत्त्वमसि' ही माणूस नि पिशाच्यातील प्रवृत्तीगत अभेद वर्णन करणारी श्रेष्ठ रूपककथा. ती वाचताना हिंदीतील रूपककथाकार जैनेंद्रकुमारांच्या 'तत्सत' कथेचं स्मरण झाल्याशिवाय राहात नाही. तृणांकुराप्रमाणे छोट्या चणीच्या कथा हे खांडेकरांच्या रूपककथांचं स्वतंत्र वैशिष्ट्य. ते 'क्षितिजाचा स्पर्श' कथेतही अनुभवायला येतं. 'कायदा पाळा गतिचा, थांबला तो संपला' अथवा 'केल्याने होत आहे रे, आधी केलेचि पाहिजे'ची शिकवण देणारी ही रूपककथा खांडेकरांना स्वप्नवादी मानणाऱ्या टीकाकारांना खूप काही समजावील.

'सत्यशोधक' ही काही खांडेकरांची मौलिक रूपककथा नव्हे. स्टीफन क्रेनच्या एका कथेवर बेतलेल्या या रचनेत सत्य व सापेक्ष सत्याचा उलगडा होतो. या कथेतील व्यंगही भेदक आहे.

सापेक्षवादी विचारधारांचे चित्रण या संग्रहातील 'कालचक्र' व 'स्वातंत्र्य' कथेत आढळतं. 'वैफल्य'मध्ये खांडेकर साक्षात परमेश्वराच्याच गर्वहरणाची कथा मोठ्या खुबीने सांगतात. 'कोंबडा आरवतोय' कथा निसर्गाचा नियमितपणा समजाविते. माणूस बऱ्याचदा पूर्वस्मृतींवर जगतो नि मग त्याच्या जीवनाची शोकांतिका होण्यास वेळ लागत नाही. 'हत्ती' कथेतील नायकाचा उन्माद हेच समजावितो. 'तुझं आहे तुझपाशी, परि जागा चुकलासि' असं बऱ्याचदा होतं. एकदा मनुष्य इंद्रधनुष्य पाहतो. त्याला रंगाचं अप्रूप वाटतं. तो शोध घेतो अन् लक्षात येतं की, निसर्गाच्या सर्व चमत्कारांचा सौंदर्यपूर्ण खजिना त्यांच्या हृदयातच सामावलेला आहे. या संग्रहातील ही एक आगळी नि प्रभावी अशी रूपककथा होय.

या नि अशा सर्वच कथांबद्दल सांगता येईल. पण 'मृत्यू'बद्दल सांगितलं नाही तर हा प्रपंचच व्यर्थ ठरेल. हरिणी जिवाच्या आकांतानं धावत असते. अर्थातच व्याधाचा बाण चुकवण्यासाठी. सरतेशेवटी ती दमते. गळा कोरडा पडतो. ती पारध्यासमोर नि:श्चल उभी राहते. पारधी प्रत्यंचा ओढतो नि बाण सोडण्यापूर्वीच क्षणात तो भिरकावून देतो. हरिणी म्हणते बहुधा तुला माझ्या जागी तुझा नि तुझ्या जागी मृत्यूचा भास झाला असावा! अशी काव्यात्मक, चमत्कारपूर्ण नि चिंतनक्षम

रूपककथा म्हणजे खांडेकरांच्या रूपककलेचा परमोत्कर्षच!

'चित्रकार', 'दुर्दैवी कलाकार', 'भाऊ-भाऊ', 'वासंतिक मध्यरात्र', 'वृद्ध प्राजक्त', 'पाऊस' यासारख्या रूपककथा 'चकोर आणि चातक'ची कलात्मकताच प्रतिबिंबित करतात.

'क्षितिजस्पर्श' हा वि. स. खांडेकरांच्या रूपककलेचा उत्तररंग. यात इंद्रधनुष्याचे वैविध्य आहेच, पण बुडत्या सूर्याचं लालित्यपूर्ण सौंदर्य, वृद्ध प्राजक्ताचं शहाणपण, निसर्गाचा आगळा साक्षात्कार यात ठायी ठायी आढळतो. तंत्राच्या दृष्टीने यातील कथा प्रौढ, तशा मंत्राच्या दृष्टीने म्हणाल तर अंतर्मुख करणाऱ्या. भाषेचं मुलायमपण शोधायचं तर 'क्षितिजस्पर्श'ला पर्याय नाही! मानवापासून दानवापर्यंत, सूर्यापासून ताऱ्यापर्यंत, हत्तीपासून मुंगीपर्यंतची सारी सृष्टी 'क्षितिजस्पर्शात' हातात हात घालून फेर धरताना दिसते. विचारवैचित्र्य हे या संग्रहाचं आगळेपण खरंच! माणूस, माणसाचं जगणं, त्याचं वृत्ति वैविध्य नि भावभिन्नता साऱ्याचा आकळ व्हायचा तर क्षितिज स्पर्शण्याची विजिगीषा मनी असायलाच हवी. हा संग्रह तुमच्या मनात ती खचितच जागवेल असा मला विश्वास आहे.

संग्रहातील अधिकांश कथांचे पूर्व प्रकाशन नोंदवले आहे. काही कथांचे पूर्व प्रकाशन संदर्भ (अंक, काळ) प्रयत्न करूनही मिळवता आले नाहीत, याची कृपया नोंद घ्यावी. ते देता आले असते तर संपादन, संशोधनास पूर्णत्व आले असते.

या संग्रहातील अधिकांश कथा मला वि. स. खांडेकरांच्या व्यक्तिगत संग्रहातून उपलब्ध झाल्या. त्या उपलब्ध करून देण्याचा उदारपणा दाखविल्याबद्दल सुकन्या प्रा. मंदाकिनी खांडेकर व सारे कुटुंबीय यांचा मी ऋणी आहे.

३० मे, २००१   **डॉ. सुनीलकुमार लवटे**
गोवा मुक्ती संग्राम दिन.

अनुक्रमणिका

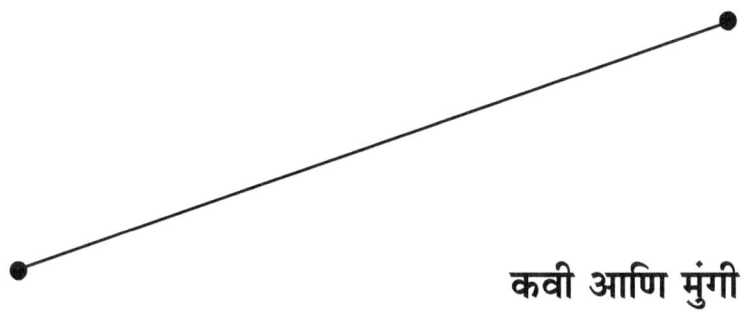

कवी आणि मुंगी

तो एक कवी होता. गावाजवळच्या टेकडीच्या पायथ्याशी उभा राहून तो आकाशात लखलखणाऱ्या चांदण्यांकडे पाहत होता. त्याच्या मनात आले, या चांदण्यांचे सौंदर्य टेकडीवरून अधिक चांगले दिसेल.

तो टेकडी चढू लागला. इतक्यात डाव्या हाताला कसला तरी बारीक दंश झाला.

त्याने निरखून पाहिले. ती एक मुंगी होती.

तिला झटकन झाडून टाकण्याकरता त्याने आपला हात उचलला न उचलला तोच ती मुंगी म्हणाली, "कविराज, आपण सहृदय आहा. या अपराधाची मला क्षमा करा. कवीचं रक्त अमृताहून गोड असतं असं माझी एक मैत्रीण म्हणत होती. ते खरं आहे की खोटं आहे हे पाहण्याकरता-"

"ते जाऊ दे, तुला काय हवंय ते सांग."

"माझी दुसरी काही इच्छा नाही. तुमच्याबरोबर मीही वर येते."

"कशाला?"

"तुम्ही कशाला जाताय या टेकडीवर?"

"चांदण्याचं सौंदर्य डोळे भरून पाहायला."

"मलाही ते पाहायचं आहे."

मुंगी कवीच्या हाताला घट्ट चिकटून बसली. न चावता - न हुळहुळता!

कवी टेकडीच्या माथ्यावर जाऊन पोहोचला. त्याने अतृप्त नजरेने वरची अगणित नक्षत्रे पाहिली. टेकडीच्या पायथ्याशी ती जशी दिसत होती तशीच आताही ती त्याला दिसली.

तो निराश झाला आणि त्याने आपली दृष्टी खाली वळवली. तो टेकडीच्या पायथ्यापलीकडच्या झाडीत झोपलेल्या गावांकडे पाहू लागला. अधूनमधून काजव्यांसारखे घराघरांतले दिवे लुकलुकत होते.

पाहता पाहता त्याच्या डोळ्यांपुढे चित्रे तरळू लागली.

-एका दिव्यापाशी एक आई बसली आहे. ती आपल्या चिमुकल्याला काहीतरी म्हणायला शिकवीत आहे. तो म्हणत आहे, ''बुद्धी दे रघुनायका.''

दुसऱ्या दिव्यापाशी एक तरुण पुरुष बसला आहे. तो आपल्या वृद्ध मातेला पांडवप्रताप वाचून दाखवीत आहे.

तिसऱ्या दिव्यापाशी एक नववधू बसली आहे. ती झरझर मोगरीच्या फुलांची वेणी करीत आहे. पण तिचे लक्ष त्या वेणीत नाही. ते दाराकडे आहे. बाहेर पाऊल वाजल्याचा तिला भास होतो. ती दाराकडे पाहते. या धांदलीत तिच्या हातातली सुई तिच्या बोटाला लागते. ती त्यातून निघालेल्या रक्ताच्या थेंबाकडे पाहत राहते. वेणीफणीच्या वेळी रेखून लावलेले कुंकू आरशात पाहत राहावे तशी! इतक्यात-

चित्रामागून चित्रे कवीच्या डोळ्यांपुढून सरकू लागली- वात्सल्याची, शृंगाराची, सेवेची, भक्तीची!

तो उद्गारला, ''किती वेडा आहे मी! खरं सौंदर्य या वरच्या चांदण्यांत नाही. ते या खालच्या दिव्यांत आहे.''

तो टेकडी उतरू लागला. इतक्यात त्याच्या डाव्या हाताला दंश झाला. त्याला मुंगीची आठवण झाली.

तो तिला म्हणाला, ''काय हवंय तुला?''

''वर चल. आणखी वर चल.''

''कुठं?''

''वर! आभाळात.''

''कशाला?''

''तिथं किती किती साखर पसरलीय बघ! ती सोडून खाली कुठं चाललाहेस तू? वेडा कुठला!''

(साप्ताहिक व्याध २२ मार्च, १९५९)

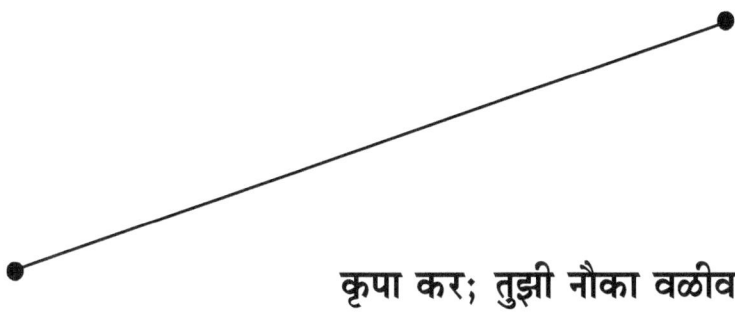

कृपा कर; तुझी नौका वळीव

'हे महानदीवरल्या नावाड्या, मला घेऊन कुठं चालला आहेस तू?'

'मनुष्य अमर कसा होईल, याचं चिंतन करणाऱ्या महर्षींच्या गुहेकडं आपली नौका जात आहे.'

'कृपा कर कर्णधारा, कृपा कर. नाव मागं वळीव. मला दुसरीकडं जायचंय?'

'कुठं?'

'मृत्यूच्या मंदिरात जाऊन त्याला भेटणाऱ्या नचिकेताचं दर्शन मला घ्यायचं आहे!'

'हे महानदीवरल्या नावाड्या, आपण कुठं जात आहो?'

'चंद्रावर! कवींनी केलेली चंद्राची वर्णनं किती खोटी आहेत, हे तिथं गेल्यावर तुला कळेल.'

क्षणभर तो थांबला. मग मिस्कीलपणे हसत तो म्हणाला, 'तिथं तू एकदा जाऊन आलास म्हणजे चंद्रमुखी सुंदरीचं चुंबन घेण्याची तुला भीती वाटू लागेल!'

'कृपा कर. कृपा कर. नाव फिरव. मला दुसरीकडं जायचंय!'

'कुठं?'

'लिंबोणीच्या झाडाखाली!'

'झाडाखाली? लिंबोणीच्या झाडाखाली? तिथं काय आहे?'

'चांदोमामा, चांदोमामा भागलास का? हे गाणं म्हणत तिथं चिमणी बालकं खेळत असतील!'

'हे महानदीवरल्या नावाड्या आपली नाव कुठं चालली आहे?'

'एका प्रयोगशाळेकडं!'

'कसला प्रयोग चालला आहे तिथं?'

'क्षणार्धात हे विश्व भस्मसात करता येईल, अशा अस्त्राचं तिथं संशोधन चाललं आहे.'

'कृपा कर. कृपा कर! नाव मागं वळीव. मला दुसरीकडं जायचंय!'

'कुठं? लिंबोणीच्या झाडाकडं?'

'अं हं. दुस‍ऱ्या एका वृक्षाकडं जायचंय मला!'

'कसलं झाड आहे ते? बाभळीचं का बोरीचं?'

'बोधिवृक्षाकडं जायचंय मला. जगातलं दु:ख कमी कसं करता येईल, याचं चिंतन करीत सिद्धार्थ ज्याच्या छायेत बसला होता, त्या वृक्षाचं दर्शन मला घ्यायचंय! कृपा कर, हे कर्णधारा, कृपा कर. तुझी नौका वळीव.'

(श्री सरस्वती, १९६१)

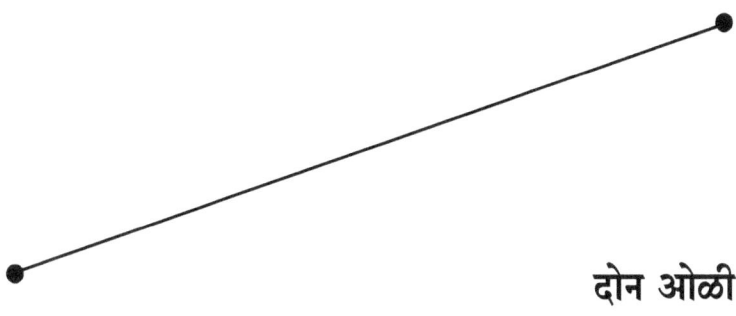

दोन ओळी

तुकोबा, खरंखरं सांगतो. तुमची माझी पहिली भेट झाली तेव्हा तुमचा राग आला होता मला! सारी म्हातारी माणसं तुमचं इतकं कौतुक का करतात, ते मला कळेना! 'नलगे मुक्ति धन संपदा' असं गुणगुणत तुम्ही भजनात दंग झालात. तुमच्या शब्दांचा मला अर्थच कळेना.

तुमच्यासारख्यानं हे म्हणावं? धन संपदा जवळ असती तर तुमची बायकापोरं दुष्काळात उपाशी मेली असती का?

त्या पहिल्या भेटीत तुम्ही माझ्याकडं पुन्हा पाहिलंत आणि म्हणू लागला, 'संत संग देई सदा.' तुकोबा, तुमच्या पांडुरंगाची शपथ आहे तुम्हाला. खरं सांगा, उभ्या आयुष्यात तुम्हाला खरे संत कितीसे भेटले? पृथ्वीवरली झाडं जेव्हा आकाशातल्या विजा गिळूनही हिरवीगार राहतात तेव्हा कुठं अशा झाडांच्या सावलीत सदैव विसावणाऱ्या माउलीच्या पोटी संत जन्माला येतो!

तुकोबा, मी मोठा झालो. तुमचे अभंग वाचू लागलो. ऐकताना एकदा वाटे, तुमचं-माझं काहीतरी नातं आहे. जवळचं नाही, पण लांबचं नातं आहे! ते नातं काय आहे, हे काही केल्या कळेना. पण जेव्हा तुम्ही 'बा रे पांडुरंगा केव्हा भेट देसी! झालो मी वनवासी तुझ्याविण' म्हणून त्या विठ्ठलाला आळवू लागला, तेव्हा मला या नात्याचा अभिमान वाटेना! तुमची समजूत कशी घालायची तेही कळेना.

तुकोबा, तुमच्या वनवासाचं कारण उभ्या जन्मात तुम्हाला कधीच कळलं नाही का? त्या पांडुरंगाच्या वेडानं तुमच्या कपाळी तो वनवास आला! अष्टौप्रहर कटीवर हात ठेवून उभ्या राहणाऱ्या त्या देवाला कोसळणारं आकाश कसं सावरता येईल? दुभंगणाऱ्या धरणीला तो कसं ठिगळ लावणार? त्याला आळविण्यात तुमची काहीतरी मोठी चूक झाली आहे, असं त्यावेळी मला वाटलं.

आणि आज!

आज लहानपणी सहज पाठ केलेल्या, पण शब्दार्थापलीकडं न कळलेल्या दोन

ओळी मला कळू लागल्या आहेत! तुमच्या शेकडो अभंगांतल्या या दोनच ओळींचा भावार्थ मला जाणवू लागला आहे. या दोन ओळींत त्रिभुवनातलं सारं सुख आणि सारं दुःख तुम्ही कसं ओतलंत, हे कोडं काही केल्या सुटत नाही. लहानपणी या ओळी फार सोप्या वाटायच्या. पण आज त्याच अतिशय अवघड वाटताहेत! 'जे का रंजले गांजले! त्यासी म्हणे जो आपुले! तोचि साधु ओळखावा! देव तेथेचि जाणावा.'

तुम्ही हे सहज सांगून गेलात. पण हे काय सोपं आहे? ज्यांना आम्ही आपली म्हणतो, त्यांच्यावर तरी आम्ही खरं प्रेम करतो का? तो कोण ऋषी सांगून गेला आहे ना- 'आत्मनस्तु कामाय सर्वं प्रियं भवति' स्वतःच्या सुखासाठीच माणसाला साऱ्या गोष्टी प्रिय असतात! हा अनुभव मी घेतला आहे.

तुकोबा, तुमच्या विठ्ठलापाशी मला दुसरं काही मागायचं नाही- मृत्यूच्या क्षणापर्यंत तुमच्या या दोन ओळींनी माझी सोबत करावी आणि त्या ओळीतल्या प्रत्येक शब्दांच्या दृष्टीला दृष्टी देताना मान खाली घालण्याची वेळ माझ्यावर येऊ नये.

(श्री सरस्वती १९६१)

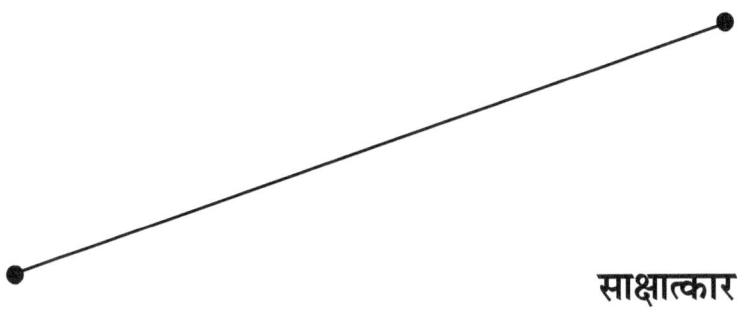

साक्षात्कार

मी धुक्यातून धावत होतो- न अडखळता; न पडता. या गोष्टीचे माझे मलाच नवल वाटत होते!

धावता धावता मी मधेच थांबलो. मागे वळून पाहिले; काही काही दिसत नव्हते! पुढे पाहिले; काही काही दिसत नव्हते!

मी पुन्हा धावू लागलो. त्या धुक्याचा गारठा सुसह्य व्हावा म्हणूनच मी धावत होतो काय?

एकदम सूर्य दिसू लागला. हा हा म्हणता धुके नाहीसे झाले. मी भोवताली पाहू लागलो. चोहोकडे फुलबागा दिसत होत्या. आकाशाच्या पायथ्यापर्यंत त्या पसरल्या होत्या. त्या बागांत रंगीबेरंगी फुलपाखरे भिरभिरत होती. बालकाच्या मनात येणाऱ्या कल्पनासारखी- तरल आणि अद्भुत!

एका फुलावर एक चिमणे फुलपाखरू बसले होते. आईच्या पदराआड अर्धवट तोंड लपवून स्तनपान करणाऱ्या तान्हुल्यासारखे ते दिसत होते. त्याचे रंग पाहून माझ्या मनात इंद्रधनुष्ये उमटली. त्याच्या चिमकुल्या पंखावरले ते दोन तेजस्वी ठिपके-

ते मूर्तिमंत सौंदर्य पकडून मुठीत ठेवावे म्हणून मी धडपडू लागलो. एका क्षणी ते सापडल्यासारखे वाटे तो लगेच ते दुसऱ्या फुलावर जाऊन बसलेले दिसे. एकदा तर त्याचे रेशमी पंख माझ्या चिमटीत मिळाले, असे मला वाटले. पण त्याच क्षणी मी दचकून मागे सरकलो. कुठूनतरी कानांवर शब्द आले, 'अं हं! इथं नाही; पुढं आपली गाठ पडेल.'

तो आवाज कुणाचा असावा? काही कळेना.

गोंधळलेल्या मन:स्थितीत मी पुढे चालू लागलो. आता भोवतालची सारी सृष्टी बदलली. फुलबागा कुठेही दिसेनात. पाहावे तिकडे आमराया डुलत होत्या! पर्णभारांत लपलेल्या कोकिळांचे 'कुहू कुहू' असे स्वर कानावर पडत होते. मघाच्या फुलपाखराचे

मोहक रंग आणि या कोकिळांचे मधुर सूर यांचे काहीतरी नाते असावे!

ते कोकिळांचे स्वर होते? की ते माझ्या हृदयातल्या गूढ हुरहुरीचे प्रतिध्वनी होते?

'कुहू कुहू' हे स्वर एकसारखे कानांवर पडत होते. प्रीतीच्या पहिल्यावहिल्या लाजऱ्या आविष्कारासारखा कोकिळ असा लपून का गातो? त्यालाच हे विचारावे म्हणून मी अनेक आम्रवृक्षांखाली गेलो. मोठमोठ्याने ओरडलो. लहान मुलासारखे वेडावून दाखविले, पण एकही कोकिळ गायचा थांबला नाही. मी चिडलो. लहान लहान धोंडे उचलून ते मी त्या स्वरांच्या दिशेने फेकू लागलो. त्यातला एक धोंडा फांदीवर आपटून उलटला. माझ्या कपाळावर येऊन बसला. मी मटकन खाली बसलो. कुठूनतरी कानांवर शब्द आले 'अं हं! आज नाही; उद्या आपली गाठ पडेल.'

मी डोळे उघडून पाहिले. अवतीभवती कुणीच दिसत नव्हते. आमराया अंतर्धान पावल्या होत्या. कुणी अदृश्य चित्रकार निळ्या आकाशाच्या फलकावर एका पक्ष्याची आकृती रेखाटीत होता. तो पक्षी मधेच खाली आला. ते कबुतर होते. ते सारखे घुमत होते. छे! ते घुमणे नव्हते. ते एक विरहगीत होते. प्रीतीच्या राज्यातल्या अगदी दूरच्या बुरुजावरल्या एकांतात जाण्याकरिता तो पक्षी आपल्या जोडीदारणीला बोलावीत असावा.

ऊन तावू लागले. मी एका झाडाच्या गर्द सावलीत जाऊन बसलो. डोळे मिटून घेतले. कुठली तरी रानवेल जवळच फुलली होती. तिचा उग्र गंध कबुतराच्या विरहगीतात न्हाऊन आल्यामुळे अधिकच आल्हादक वाटत होता. माझा डोळा केव्हा लागला ते मला कळले नाही.

खूप वेळाने मला जाग आली. कबुतराचे घुमणे कुठे ऐकू येईना. मी अस्वस्थ झालो. कुठून तरी कानांवर शब्द आले, 'वर बघ- जरा वर बघ. प्रियकरणीच्या भोवती घुटमळत राहणाऱ्या पारव्यांना इथं जागा नाही! स्वत:च्या बळावर गगन गाठणाऱ्या गरुडाचं जग आहे हे.'

सूर्याची किरणे तापलेल्या सूर्याप्रमाणे डोळ्यांत घुसत होती. मी कष्टाने वर पाहिले. एक अजस्र पक्षी सूर्याच्या रोखाने वर जात होता. दिव्यावर झेप घेणाऱ्या पतंगासारखा वाटला तो मला. चकित, पण भयाकुल दृष्टीने मी त्याच्याकडे पाहू लागलो. पण मला वर बघवेना. माझी नजर खाली वळली.

एकदम एक विचित्र हृदयभेदक चित्कार ऐकू आला. मी गपकन डोळे मिटले. माझ्या अंगावर काटा उभा राहिला. काळीज कापीत जाणारा तो चीत्कार पुन्हा ऐकू येऊ नये म्हणून मी परमेश्वराची प्रार्थना केली.

सुन्न मन:स्थितीत मी किती वेळ तसाच उभा होतो देव जाणे. शेवटी भीत भीत मी डोळे उघडले. ऊन उतरले होते. संध्याकाळच्या सावल्या पावले न वाजविता

जमिनीवर उतरत होत्या. मोठ्या आशेने मी वर पाहिले. आकाशात तो प्रचंड, महत्त्वाकांक्षी पक्षी कुठेही दिसेना. त्याचे काय बरे झाले असावे? पंख जळून जाऊन तो कुठे लोळागोळा होऊन पडला तर नसेल ना?

त्यासाठी हळहळत मी पुढे चालू लागलो. हळूहळू रात्र पडली. रातकिड्यांची किरकिर सुरू झाली. लहान मूल बागुलबुवाच्या भयाने तोंडावरून पांघरूण ओढून घेते ना, तशी पृथ्वी काळोखाच्या कांबळ्यात लपली.

मला काही दिसेना. काही सुचेना. जवळच्या झाडावरून 'घू घू' असा घुत्कार ऐकू येऊ लागला. घुबडाचा तो अशुभ आवाज होता की, अज्ञाताच्या कठोर हाकेचा प्रतिध्वनी होता?

त्या आवाजाच्या पाठोपाठ एक अस्फुट हास्यध्वनी कानांवर पडला. माझी अशी क्रूर थट्टा कोण करीत आहे ते कळेना. ते एखाद्या पिशाच्चाचे हास्य असावे, असे मला वाटले.

मी किंचाळलो, 'कोण आहे?'

उत्तर आले नाही. सारा धीर एकवटून मी विचारले, 'कोण आहे?' कुठूनतरी कानांवर शब्द आले, 'मी आहे.'

'मी कोण?'

'अरे वेड्या, अजून ओळखलं नाहीस तू मला? आपली भेट पुढं होईल, म्हणून मी सांगितलं होतं तुला. ते सारं इतक्यात विसरलास? ते फुलपाखरू, तो कोकिळ, ते कबुतर, तो गरुड मी आहे.'

मी एकाग्र दृष्टीने त्या झाडाकडे पाहिले. एका ढोलीतून दोन डोळे चमकले. फुलपाखराच्या पंखावरले ते दोन तेजस्वी ठिपके मला आठवले. ढोलीतून पुन्हा आवाज येऊ लागला. तो आता 'घू घू' असा वाटेना- 'कुहू कुहू'सारखा भासत होता तो. मधूनच कबुतराच्या घुमण्यासारखा तो वाटे. काही क्षण असे गेले. मग पंखाची फडफड ऐकू आली. आकाशाला जाऊन भिडलेल्या समुद्राचे पाणी कापीत जाणारी ती पंखाची वल्ही मला आठवली.

माझी सारी भीती एकदम नाहीशी झाली. काळोख मी म्हणत होता. वर एकही चांदणी दिसत नव्हती. पण सकाळच्या धुक्यापेक्षा आत्ताच्या दाट काळोखांत माझी वाट मला स्पष्ट दिसत होती. ती एक अभंग आळवीत माझी सोबत करीत होती.

(दै. पुढारी (दिवाळी) ९ नोव्हेंबर, १९६१)

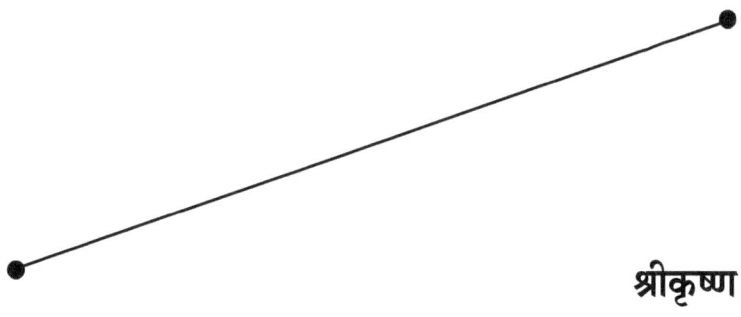

श्रीकृष्ण

मनाला मोहिनी घालणाऱ्या कुमारांच्या चरित्रांत कृष्ण-चरित्र मला अधिक आवडते. गोकुळात सुंदर गोपींशी स्वच्छंद क्रीडा करण्याची संधी त्याला मिळाली म्हणून नव्हे. कुमार कृष्ण मला आवडतो तो मथुरेला गेल्यावर कुरूप कुब्जेशीही तितक्याच ममतेने वागला म्हणून!

मनाला उल्हसित करून सोडणाऱ्या तरुण पुरुषांच्या चरित्रांत कृष्ण-चरित्र मला अधिक आवडते. त्याने आपल्या पराक्रमाने शत्रूंना दुर्लभ अशी द्वारका समुद्रात उभारली म्हणून नव्हे. तरुण कृष्ण मला आवडतो तो द्वारकेतल्या सिंहासनावर बसूनही सुदाम्याचे कोरडे पोहे त्याने अमृताच्या चवीने खाल्ले म्हणून!

मनाला अंतर्मुख करणाऱ्या प्रौढ पुरुषांच्या चरित्रांत कृष्ण-चरित्र मला अधिक आवडते. ऐन युद्धाच्या वेळी अर्जुनाचा संभ्रम 'गीता' सांगून दूर केला म्हणून नव्हे. प्रौढ कृष्ण मला आवडतो तो युद्धात अभिमन्यूचा वध झाल्यानंतर सुभद्रेचे सांत्वन कसे करावे हे त्याला कळेनासे झाले म्हणून.

मनाला शांती देणाऱ्या वृद्ध पुरुषाच्या चरित्रांत कृष्ण-चरित्र मला अधिक आवडते. वृद्ध कृष्ण मला आवडतो तो आपला नातू अनिरुद्ध आणि त्याची प्रेयसी उषा यांच्या मीलनासाठी तो धडपडला म्हणून नव्हे. तर त्याने उघड्या डोळ्यांनी व्यसनग्रस्त झालेल्या आपल्या यादव कुलाचा संहार शांतपणाने पाहिला म्हणून! पारध्याच्या बाणाच्या रूपाने येणाऱ्या मृत्यूचे त्याने हसतमुखाने स्वागत केले म्हणून!

ऐक्य (दिवाळी) १९६१

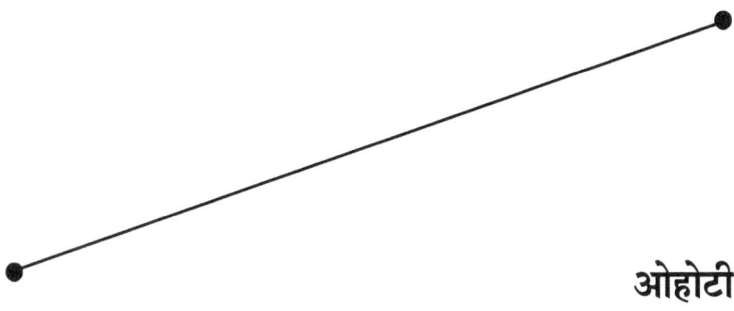

ओहोटी

शरीरातील सारी शक्ती एकवटून या किनाऱ्याकडे जाण्याचा मी यत्न करीत आहे, पण-

किनाऱ्यापासून कितीतरी दूर आहे मी अजून. इतक्यातच मला अशी धाप का लागली? काय होतंय मला? - मूर्च्छा? - मृत्यू?

मुकाट्याने खाली मान घालून प्रत्येक पळापळाला मला माघार घ्यावी लागत आहे.

माझ्या बाहूतले ते सारे बळ आज कुठे गेले? मघाशी - हो मघाशीच मी या किनाऱ्याला माझ्या बाहूंनी वेढून टाकले होते आणि आता त्याच्या ओठावरला माझ्या चुंबनाचा ओलसरपणा अजून सुकून गेला नाही तोच-

ज्या किनाऱ्याला माझ्या बाहुपाशांत मी घट्ट धरले होते, त्याच्या पायधुळीलासुद्धा मला स्पर्श करता येऊ नये?

कुणीतरी मला फरफटत आत ओढून नेत आहे. आत- आत! दूर- दूर! मी या किनाऱ्यापासून दूर जात आहे.

मी कुठे जाणार आहे? कुणाबरोबर? तिथे असा सुंदर किनारा असेल का? ज्यांच्या शिरावर माड चवऱ्या ढाळीत आहेत, ज्याच्या अंगावर लोळत बालके आपली चिमणी स्वप्ने बांधीत आहेत, ज्याच्या चरणांपाशी बसून प्रणयिनी आपली मनोगते सांगत आहेत, असा किनारा, मी जात आहे त्या अज्ञात जगात असेल का?

ऐक्य (दिवाळी) १९६१

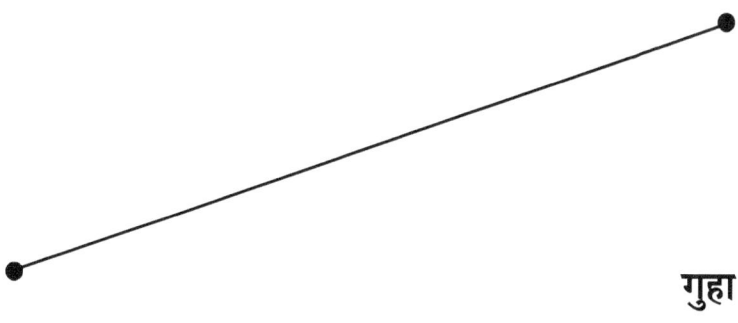

गुहा

तो धावत होता. धापा टाकीत धावत होता. त्या भयंकर काळोखात, अरुंद, अपरिचित वाटेने न ठेचाळता, न अडखळता आपण कसे धावत आहो हे त्याचे त्यालाच कळत नव्हते.

त्याच्या मनातल्या भीतीच्या कणाकणाचे पळापळाला घनदाट काळोखात रूपांतर होत होते. तरीही तो धावत होता. न पडता, न ठेचाळता, न अडखळता.

आता त्याला थोडा धीर आला. तो थांबला. जिवाचा धडा करून त्याने मागे पाहिले. प्रकाशाचा पुसट किरणसुद्धा दिसत नव्हता. जिकडेतिकडे काळोखच काळोख पसरला होता. त्या काळोखाच्या समुद्रावर क्षणाक्षणाला लाटा उठत होत्या. आपल्या चिरंतन नृत्यात दंग होत होत्या.

प्रकाशाची कुठलीही खूण दिसत नाही असे पाहून त्याने मोठा सुस्कारा सोडला. सशाच्या काळजावरला मेरु मंदारांचा भार उतरला.

भोवतालच्या काळोखाप्रमाणे त्याच्या मनातही एक काळा समुद्र पसरला होता. त्या समुद्रात एकदम हालचाल झाली. एक नाजूक, गुलाबी मासा पृष्ठभागावर आला. तो कोकिळेच्या स्वरात स्वत:शीच पुटपुटला, 'सुटलो एकदाचा!'

त्याच क्षणी एक काळा, कुरूप मासा उसळून वर आला. त्या गुलाबी माशाचा पाठलाग करीत रातकिड्यांच्या आवाजात तो म्हणाला, 'वेड्या, तू सुटला नाहीस; सापडलास. चांगला सापडलास.'

गुलाबी मासा घाबरला; गोंधळला. मग धीर करून स्वत:ला सावरीत तो म्हणाला, 'सुटलो. मी अजून जिवंत आहे.'

कसली तरी आठवण होऊन तो बोलता बोलता थांबला. ते जाणिवेच्या चिंधड्या उडविणारे स्फोट. त्या एकेका स्फोटातून सूर्याने उघडलेले बारा डोळे- सारे सारे त्याच्या डोळ्यांपुढे उभे राहिले.

थरथर कापत गुलाबी मासा समुद्राच्या तळाशी गेला. त्याचा पाठलाग करण्याकरिता काळा मासा आत डुबकन बुडला.

धडधडत्या छातीने तो पुन्हा पुढे धावू लागला. एकदम त्याच्या मस्तकावर एक तीव्र आघात झाला. तो घाबरला. थबकला. गांगरून गेला. सारे जग बेचिराख करून सोडणारे ते स्फोट. ते इथेही आपला पाठलाग करीत आले काय? ही सारी गुहाच हादरू लागली नाही ना? हा काळोखसुद्धा असा कापतोय का? छे छे छे! आपण या गुहेत शिरलो नसतो तर बरे झाले असते. ही कुठे जाते? कुठे संपते? काही काही आपल्याला ठाऊक नाही. बाहेरच्या प्रलयाला आपण भ्यालो. पाठीला पाय लावून पळत सुटलो. जी गुहा दिसली तिच्यात शिरलो- आता विचार करून तरी काय उपयोग होता?

आपला कापणारा हात पुढे करून तो चाचपडू लागला. कुणीतरी त्याचा हात घट्ट पकडला. 'अरे देवा' असा चीत्कार त्याच्या तोंडातून बाहेर पडला. त्या हाताचा पंजा किती राकट, किती पसरट होता. त्याची पकड किती भयंकर होती. एखाद्या हिंस्र पशूसारखी. अणूगोलाच्या आगीत आपण बचावलो ते काय कुठल्या तरी अज्ञात पशूच्या भक्ष्यस्थानी पडण्याकरता?

छे! तो पशू नव्हता. तो राठ हात घामाने डबडबला होता. त्या हाताचा कंप त्याला जाणवत होता. हिंस्र पशू असा कधी कापतो का? भीतभीत त्याने विचारले, 'कोण आहे?' त्याच्या कानावर शब्द आले, 'कोण आहे?'

तो काय केवळ त्याच्या शब्दांचा प्रतिध्वनी होता?

पुन्हा शब्द ऐकू आले, 'कोण आहे?' त्याचा हात हातात धरणारा प्राणीच ते शब्द बोलत होता. तो राठ, पसरट पंजाचा प्राणी गुरगुरला, "कोण आहेस तू? कुठं चाललास?"

"या गुहेत आत- आत- आत!"

"का?"

"दूर- दूर जायचंय मला."

"कुठं?"

"कुठं?"

"कुठं" एवढाच शब्द उच्चारून तो थांबला. आपण कुठे जात आहो हे त्याचे त्यालाच ठाऊक नव्हते. काहीतरी उत्तर द्यायचे म्हणून तो म्हणाला, "गुहेच्या पलीकडं."

तिथं तर सारा अंधार भरलाय. त्या अंधारात हिंस्र पशूंचं राज्य सुरू आहे. मी तिथंच राहत होतो. जनावरासारखा! त्या जिण्याला कंटाळलो, धावत सुटलो. मधेच

थकलो. पेंगळून पडलो. त्या झोपेत एक स्वप्न पडलं मला-'

"स्वप्न?" पहिल्याने अतिशय अधीरपणाने प्रश्न केला, "कसलं स्वप्न?"

"या गुहेचं. तिच्यातून पलीकडं गेल्यावर दिसणाऱ्या दिव्य प्रकाशाचं!"

"अरे वेड्या, तिथं दिव्य प्रकाश नाही. आग आहे. नुसती आग! माणसाच्या बुद्धीनं भडकविलेली आग."

"छे! असं कसं होईल? माझं ते रम्य स्वप्न- तो दिव्य प्रकाश- चल, सोड माझी वाट. मला जाऊ दे पलीकडं. तो पहा, तो पहा त्या प्रकाशाचा किरण मला बोलावतोय."

दुसऱ्याचा राकट पसरट हात आपल्या दोन्ही हातांनी घट्ट दाबीत पहिला म्हणाला, "कुठं जाणार तू वेड्या? त्या आगीत जळायला? ती भडकविणाऱ्या राक्षसांच्या हातातलं बाहुलं व्हायला? चल. चल. परत फिर. माझ्याबरोबर चल-"

पहिल्याच्या खांद्यावर आपला हात ठेवून त्याला थोपटल्यासारखे करीत दुसरा म्हणाला, "इकडं जाऊन तू काय करणार वेड्या? त्या अनंत अंधारात अजगरासारखा पडून राहणार? मुर्दाड दगडाचं जिणं जगणार?"

दोघेही स्तब्ध उभे राहिले पुतळ्यासारखे.

गुहेतल्या काळोखाच्या समुद्रावर लाटांमागून लाटा उठत होत्या. आपल्या चिरंतन नृत्यात त्या दंग झाल्या होत्या. नाचता नाचता त्या एकदम थांबल्या.

आजपर्यंत त्यांनी कधीही न ऐकलेले करुण आवाज त्यांच्या कानावर पडत होते. त्यांनी डोळे विस्फारून पाहिले. ते दोन्ही पुतळे स्फुंदत होते. त्या लाटा त्यांना टक लावून पाहू लागल्या. ते दोन्ही पुतळे एकरूप झाल्यासारखे दिसत होते. तो एक पुतळा अजूनही स्फुंदत होता. त्याच्या हुंदक्यातून जणू मानवाची भंग पावलेली सारी सुंदर स्वप्ने आक्रोश करीत होती.

मंदार (दिवाळी) १९६१

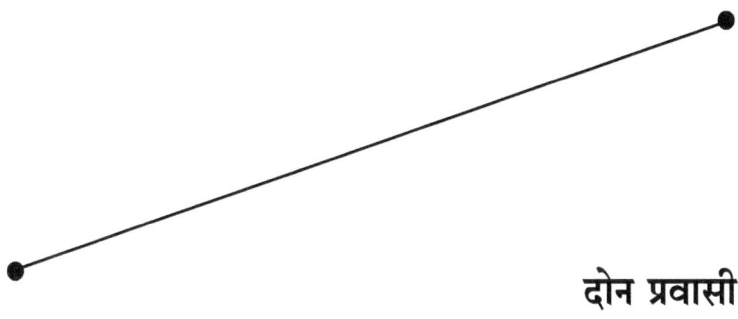

दोन प्रवासी

अवसेची रात्र. काळोख मी म्हणत होता. अशावेळी एका निर्जन मार्गाने दोन प्रवासी चालले होते.

पहिला तरुण होता. आशा, स्वप्ने, प्रीती आणि यौवन ही सर्व त्याला वेगाने पुढे पुढे नेत होती. समुद्राच्या भरतीच्या लाटा नौकेला किनाऱ्याकडे नेतात ना, तशी! तो छाती पुढे काढून गगनमंडळाकडे पाहत आणि एक गीत स्वत:शीच गुणगुणत चालला होता.

दुसरा प्रवासी वृद्ध होता. निराशा, स्वप्नभंग, एकलेपण आणि वार्धक्य यांच्या भाराने वाकून तो ओणवा झाला होता. तो कण्हत इतकी मंद पावले टाकीत होता की, तो पुढे जात आहे की नाही हेच कळत नव्हते. ओहोटीच्या लाटांप्रमाणे त्याला कुणीतरी मागे मागे ओढीत आहे असा भास होत होता.

पुढे गेलेला प्रवासी एकदम थांबला. त्याने मागे वळून पाहिले. तो ओरडून म्हणाला, 'किती सुंदर मार्ग आहे हा! नाही? जिकडंतिकडं चांदण्याच चांदण्या.'

मागे राहिलेला प्रवासी उत्तरादाखल पुटपुटला, 'काय भयंकर रस्ता हा. जिथंतिथं काटेकुटे आणि खाचखळगे!'

श्री सरस्वती (दीपावली) नोव्हेंबर, १९६१

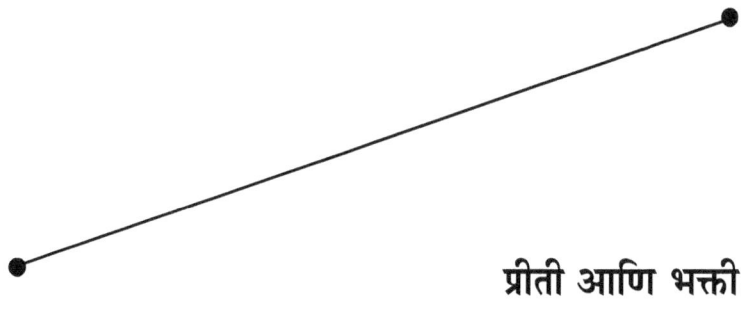

प्रीती आणि भक्ती

सूर्यफुली स्वत:शीच हसत होती; झोपेत हसणाऱ्या बालिकेसारखी!

त्या चिमुरडीकडे पाहून पृथ्वी चकित झाली. क्षणभर आपली प्रदक्षिणा थांबवून ती म्हणाली, ''काय झालं गं इतकं हसायला तुला?''

सूर्यफुली आपल्या नादात गुंग होती. ती काहीच बोलली नाही. तशीच हसत राहिली.

पृथ्वीला राग आला. ती मोठ्याने ओरडून म्हणाली, ''अगं किवडे, हसायला काय झालं तुला?''

सूर्यफुली लाजली. तिने लाजून खाली मान घातली. क्षणभराने, सुंदर स्वप्नांनी भरलेले आपले डोळे वर करून, आकाशात खूप वर आलेल्या सूर्याकडे तिने पाहिले. पण ती काही बोलली नाही.

आजीबाईचा आव आणून पृथ्वी म्हणाली, ''ए वेडे, माझं ऐक. या सूर्याच्या नादी लागू नकोस. कठोरातला कठोर आहे हा. त्याचं हृदय पाषाणाचं आहे. किती किती दिवस झाले मी त्याच्या भोवती पिंगा घालतेय. पण एकदा तरी या निष्ठुरानं प्रेमानं मला जवळ घ्यायचं होतं. मी फार मनधरणी केली, तर हा दोन पावलं जवळ येतो. पण हे जवळ येण्याचं नाटकसुद्धा फार वेळ टिकत नाही. पुन्हा लगेच तो लांब जातो. माझं अर्ध पांढरं नि अर्ध काळं असं वस्त्र किती विशोभित दिसतं म्हणून सांगू. पण त्याला त्याचं काही काही वाटत नाही. 'एकदा तरी मला पूर्ण शुभ्र वस्त्र नेशीव,' अशा याच्या विनवण्या करून मी थकले. पण-''

सूर्यफुली एक शब्दही न बोलता मघासारखीच हसत आहे, हे पाहून पृथ्वीच्या तळपायाची आग मस्तकाला गेली.

मग ती तशीच जळत राहिली, अपमानित झालेल्या शूर्पणखेसारखी आणि सूर्यफुलीही तशीच हसत राहिली, गिरिधर गोपालाच्या आळवणीत स्वत:ला विसरून गेलेल्या मीरेसारखी!

सेविका (दीपावली) १९६१

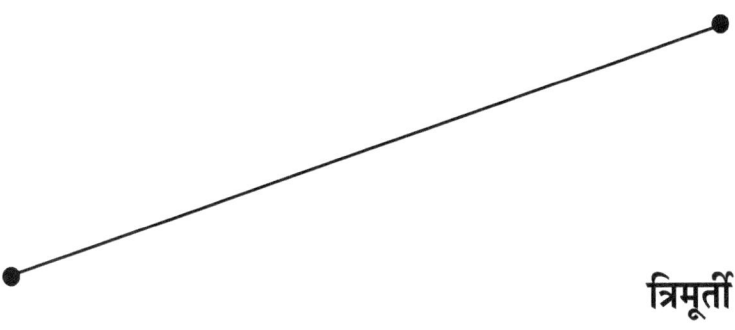

त्रिमूर्ती

समोर सकाळ उमलत होती- अष्टदलकमलासारखी. अरुणोदय- छे! त्या कमलाच्या उमलत्या पाकळीचे मधुर स्मित होते ते!

मी मंत्रमुग्ध होऊन पाहू लागलो. माझ्या मुखातून उद्‌गार बाहेर पडला, 'किती सुंदर!'

कुणीतरी हसले. सलज्ज कामिनीसारखे.

वर आकाश जळू लागले. खाली पृथ्वी पेटली.

सकाळचे ते सौंदर्य तहानलेल्या डोळ्यांनी मी धुंडीत होतो. अष्टदिशांकडे भिरभिरत्या नजरेने पाहत होतो. पण ते मला कुठेच दिसेना.

नाजूक, मोहक कमळाची आता भलीमोठी कढई झाली होती. गवताच्या पात्यापासून डोंगराच्या माथ्यापर्यंत सारे चराचर त्या कढईत तळले जात होते.

माझ्या कोरड पडलेल्या तोंडातून क्षीण शब्द बाहेर पडले, 'किती भयंकर!'

कुणीतरी हसले. क्रूर चेष्टा करणाऱ्या जादूगारिणीसारखे.

मी डोळे मिटून घेतले. मग भीत भीत विचारले, 'कोण हसतंय?'

'मी.'

'मी कोण?'

'सत्य.'

'मी फक्त सौंदर्य ओळखतो.'

उत्तर आले नाही. मी डोळे उघडून पाहिले. चोहीकडे पाहिले. कुठेच कुणी दिसत नव्हते.

आकाशाला विझणाऱ्या चितेची कळा आली होती. भुरके ढग सगळीकडे पांगले होते. वाऱ्याने चितेची राख उडून जावी तसे ते दिसत होते.

चराचराच्या डोळ्यांवर झापड येऊ लागली. मी अतिशय अस्वस्थ झालो. ते सकाळचे सलज्ज कामिनीचे स्मित, निदान ते दुपारचे क्रूर जादूगारिणीचे हास्य तरी

कानांवर पडावे, असे मला वाटू लागले.

कुणीतरी हसले. व्रतस्थ, पण वत्सल योगिनीसारखे.

मी आशाळभूत स्वराने विचारले, 'कोण आहे?'

'मी.'

'मी कोण? सौंदर्य?'

'अं हं.'

'मग?'

'मी शिव आहे. सौंदर्याला सत्यानं भाग दिल्यानंतर या जगात जे उरते ते मी आहे!'

या शब्दांचा अर्थ मला फारसा कळला नाही. पण जे थोडेसे कळले तेवढ्याने माझी अस्वस्थता कमी झाली. तो अर्थ नीट समजावा म्हणून त्या योगिनीशी बोलण्याकरिता मी वळून पाहिले.

मी एकटाच होतो! कुठेही कुणीही दिसत नव्हते. सभोवती काळोखाचे अष्टदल कमल पूर्णपणे उमलले होते. त्या कमळावर जलबिंदू चमकत होते.

१९६२-६३

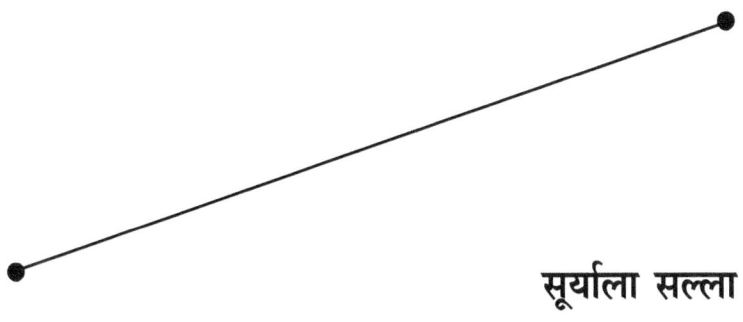

सूर्याला सल्ला

सूर्य उगवतो. घराघराच्या खिडक्यांतून तो आत डोकावू लागतो. त्याची नाजूक, लांबसडक, सोनेरी बोटं निद्रित कुमाराला गुदगुल्या करतात. तो डोळे उघडतो, हसतो, त्या सोनेरी बोटांनी आपले केस कुरवाळावेत, असे त्याला वाटत राहते.

पहाटे उठून अभ्यास करण्यासाठी कुमाराने उशाशी ठेवलेल्या गजराच्या घड्याळाला हे दृश्य पाहून राग येतो. त्याने पहाटे आपले काम योग्यवेळी एक क्षणही विलंब न होऊ देता - बजावलेले असते. पण तो गजर ऐकूनही कुमार झोपून राहतो. साखरझोपेतल्या स्वप्नसृष्टीत गुंग होऊन जातो आणि आता मात्र सूर्याने गुदगुल्या करताच तो जागा होतो. हा काय न्याय झाला?

हा आपला अपमान आहे असे घड्याळाला वाटते. उपहासाच्या स्वरात ते सूर्याला म्हणते, "तुला आत्ताच कुणी किल्ली दिली वाटतं?"

"किल्ली? ती कशी असते बुवा?" सूर्य विचारतो.

घड्याळ ऐटीने पाठ फिरवून आपली सुरेख किल्ली त्याला दाखविते. मग पुन्हा आपला तुकतुकीत चेहरा त्याच्याकडे वळून म्हणते, "तुला किल्ली नाही?"

"अं हं!" सूर्य उद्‌गारतो.

"गरीब बिचारा!" घड्याळ सहानुभूतीचा आव आणून पुटपुटते.

मग ते सूर्याला म्हणते, "रोज रात्री तू बंद पडतोस त्याचं कारण हेच आहे. तुला घड्याळजीच्या दुकानात दुरुस्तीला टाकायला हवं."

"घड्याळजीचं दुकान? ते कसं काय असतं बुवा"

"उभ्या आभाळात घड्याळजीचं दुकान नाही! तुझा देश फार मागासलेला दिसतो गड्या. माझा मालक दरवर्षी मला घड्याळाच्या दुकानात नेतो. तिथं माझी तब्येत तपासली जाते. मग सारं कसं ठीकठाक होतं. म्हणून मी असा रात्रंदिवस, डोळ्यांत तेल घालून पहारा करणाऱ्या शिपायाप्रमाणे पहारा करतो. तुझ्यासारखी रोज रात्री पेंग येत नाही मला!"

सूर्य गप्प बसलेला पाहून घड्याळ त्याच्या कानांत कुजबुजू लागते, ''मित्रा, माझा सल्ला ऐक, तू असा रोज रात्री झोपू लागलास, तर तुझा मालक तुला नोकरीवर ठेवणार नाही. तो तुला जुन्या बाजारात विकून टाकील आणि दुसरा सूर्य विकत घेईल. तेव्हा आत्ताच्या आता घड्याळजीच्या दुकानात जा-''

सूर्य स्मित करतो. सारी धरित्री शुभ्र प्रकाशाने नाहून निघते.

घड्याळाला सूर्याच्या त्या स्मिताचा राग येतो. आपले कर्तव्य आपण केले असे स्वतःचे समाधान करीत आणि एक लांब हात व एक आखूड हात यांच्या मदतीने चिपळ्या वाजवीत ते काळाच्या अखंड भजनात दंग होते.

गर्जना १९६३

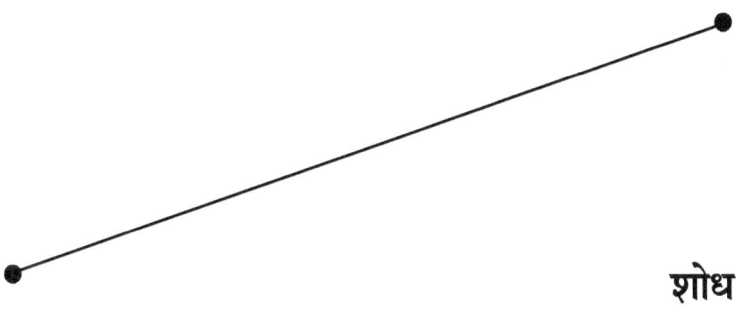

शोध

तो वणवण फिरत होता. वर्षानुवर्षे. वैशाखातल्या रणरणत्या उन्हात, आषाढातल्या मुसळधार पावसात, पौषातल्या काकडणाऱ्या थंडीत.

पण तो जिचा शोध करीत होता, ती त्याला कुठेच भेटली नाही. एखाद्या निसर्गरम्य जागी त्याला तिचा ओझरता भास होई. अवगुंठित तरुणीप्रमाणे ती त्याचे लक्ष वेधून घेई. पण पुढल्याच क्षणी हा अमृताचा भास मृगजळ ठरे. तिथेही स्वार्थ, कलह, संघर्ष यांचे दर्शन त्याला होई. विफलतेचा बाण त्याच्या उरात शिरे. काळजातील कळ तशीच सोशीत तो पुढे चालू लागे.

मग त्याचे चिंतन सुरू होई. एकसारखे त्याला वाटत राही, एका बाजूने मनुष्य हा जगातल्या सर्व माणसांचा मित्र आहे, पण दुसऱ्या बाजूंनी तो जगातल्या प्रत्येक माणसाचा शत्रू आहे. माणसाचे मन घडविताना विधात्याने त्या रसायनांत हलाहल सढळ हाताने ओतले; मात्र त्यात अमृतबिंदू टाकताना तो कमालीचा कृपण झाला.

आपली भ्रमंती आता त्याला निष्फळ वाटू लागली. इतक्यात नुकत्याच होऊन गेलेल्या एका पुण्यश्लोक राजाचे नाव त्याच्या कानावर पडले. त्या राजाचे थोर चरित्र त्याने ऐकले. त्या महात्म्याच्या नगरीत तरी आपली इष्टदेवता भेटेल अशा आशेने तो त्या राजधानीत आला. क्लांत मनाने आणि श्रांत शरीराने हिंडू लागला. पण इथेही जिथेतिथे चिरपरिचित दृश्येच त्याच्या स्वागताला सामोरी आली. स्पर्धा, स्वार्थ, संघर्ष, वंचना याशिवाय दुसरे काही त्याला कुठे दिसेना. व्यापारी गिऱ्हाइकांना फसवीत होते, मुले आईबापांशी भांडत होती, हीनदीनांच्या अश्रूंनी भरलेल्या राजपथांवरून धनिकांचा नौकाविहार सुरू होता.

तो निराश झाला. त्या पुण्यश्लोक राजाचे चरित्र त्याला आठवले. जग किती पवित्र, किती सात्त्विक होते त्याच्या काळी! माणसाच्या मनातला कली तेव्हा जागा झाला नव्हता. त्या राजाचे देहावसानसुद्धा किती उदात्त होते. मावळत्या सूर्यनारायणाला

अर्घ्यदान करीत नदीच्या घाटाच्या शेवटच्या पायरीवर तो उभा होता. गायत्री मंत्र जपता जपता त्याचा पाय घसरला. महापुरात तो वाहत गेला. एका मंगल क्षणी त्याला मरण आले. त्याची राणी पतिव्रता म्हणून प्रसिद्ध होती. ती सती गेली नाही. पण त्या दिवसापासून ती राजवाड्याबाहेर पडली नाही. तिचा सारा वेळ भजनपूजनात जाऊ लागला. आपल्या पतीच्या शेजारीच आपले दहन व्हावे असे घोकत ती देवाघरी गेली.

पण भूतकाळातला सुगंध वर्तमानकाळातल्या काट्यांचे दुःख हलके करायला असमर्थ असतो!

दिवसभर नगरातली दुःखद दृश्ये पाहून तो उद्विग्न झाला. त्याच्या मनात आले, आज या नगरीतल्या देवळातसुद्धा झोपणे नको. तिथे कीर्तनाच्या वेळी कुणी कुणाचा खिसा कापील आणि त्या पापाचा साक्षीदार व्हायची पाळी आपल्यावर येईल! त्यापेक्षा त्या पुण्यश्लोक राजाच्या समाधीपाशी जाऊन पडावे. तिथेच आपल्याला शांती लाभेल, तिचे खरेखुरे दर्शन होईल.

चांदणं पिठासारखे पडले होते. त्यामुळे नगराबाहेर राजघराण्याच्या चिरविश्रांतीचे स्थान शोधून काढणे त्याला कठीण गेले नाही. सुदैवाने तिथे एकही रक्षक नव्हता. सारे रक्षक जवळच्या दारूच्या गुत्त्यात गेले असावेत असा विचार मनात येऊन तो स्वत:शीच हसला.

चिरनिद्रा घेणाऱ्या राजकुळांतल्या स्त्रीपुरुषांच्या समाधी तो पाहू लागला. प्रत्येक समाधीपाशी एक लहानसा शिलालेख होता. त्यामुळे त्या पुण्यश्लोक राजाची समाधी त्याला सहज सापडली. एका थोर आत्म्याच्या सहवासात आपण ही रात्र घालविणार या कल्पनेने तो पुलकित झाला. समाधीच्या पुढे आपली पथारी पसरून त्याने डोळे मिटले. हा हा म्हणता तो गाढ निद्रेच्या आधीन झाला.

तो एकदम जागा झाला. कुणीतरी रागारागाने बोलत होते. क्षणभर त्याला वाटले, त्या स्थळाचा रक्षक आपल्यावर ओरडत असावा.

त्याने डोळे उघडून पाहिले. आसपास चिटपाखरूसुद्धा नव्हते. मग तो कठोर स्वर? ते स्वप्न तर नसेल ना?

तो पुन्हा डोळे मिटणार इतक्यात त्याला मघाचा आवाज ऐकू आला. तो दचकून उठला. तो आवाज जवळच्या समाधीतूनच येत होता. त्या पुण्यश्लोक राजाच्या समाधीतून!

ती समाधी कर्कश स्वराने म्हणत होती, ''तू माझा प्राण घेतलास. मला आत्महत्या करायला भाग पाडलंस. तुझ्यासारखी स्वैरिणी माझी राणी व्हावी- कुलटा कुठली.''

पुढल्याच क्षणी शेजारची समाधी छद्मी हास्य करून बोलू लागली, ''ज्याला स्त्रीचं मन कळत नाही, त्याने तिच्याशी लग्न करावे कशाला?''

व्यथित मनाने तो तेथून उठला. खाली मान घालून बाहेर राजमार्गावर आला. त्याने चोहीकडे पाहिले. आता कुठे जायचे ते त्याला कळेना!

सुगंध (दिवाळी) १९६३

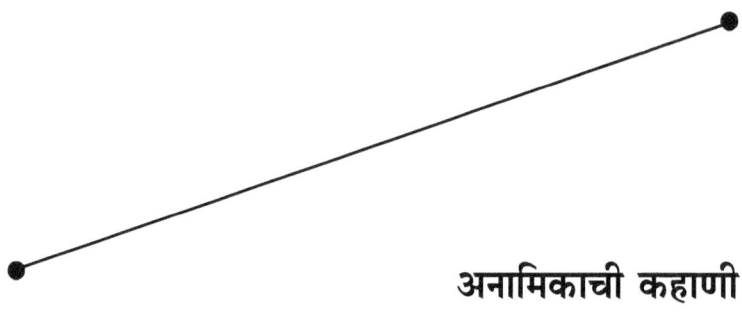

अनामिकाची कहाणी

होय! हे एक बेवारशी प्रेत आहे. याला नाव नाही, गाव नाही. काही नाही. पोटाच्या पाठीमागे लागून हा कुठला जीव, केव्हा आणि कसा या मानवी महासागरांत येऊन पडला हे कुणालाही माहीत नाही. तो केव्हा आणि कुठे बुडाला हेही कुणाला ठाऊक नाही.

घटकाभरात सरकारी गाडी येईल आणि याला अनंताच्या प्रवासासाठी इथून इतमामाने घेऊन जाईल. या देहाला आयुष्यात पहिल्यांदा गाडीत आरामात पडून जायला मिळेल.

होय! मित्रा, हे एक बेवारशी प्रेत आहे. याला जातपात नाही, गणगोत नाही, काही काही नाही.

अर्ध्या घटकेत सरकारी गाडी याला घेऊन जाईल. नव्या विजेरी पद्धतीने याला अग्निसंस्कार होईल. हात जोडून वीज सेवेसाठी समोर उभी राहिली आहे असा याच्या आयुष्यातला हा पहिलाच प्रसंग असेल.

होय! हे प्रेत भूमीवर पडले आहे. आकाशाकडे शून्य दृष्टीने पाहत आहे. हाडांच्या पिंजऱ्यात फडफडणाऱ्या या दुर्दैवी पाखराला, मित्रा, तुझ्या-माझ्याइतकीच या मातीची ओढ होती. रांगतारांगता या अनामिकाने माती खाल्ली आहे. पोरवयात हा मातीत मनसोक्त खेळला आहे, लोळला आहे. पण पुढे मात्र त्याला या मातीतून काही काही मिळाले नाही. त्याच्या अश्रूंचा पाऊस या मातीत पडला. पण तिथे याचे एकही स्वप्न अंकुरले नाही.

याला हवे होते रोजचे चार निश्चिंत घास! याला हवा होता लाज राखणारा एक कापडाचा तुकडा. याला हवे होते काळजातल्या जखमांवर फुंकर घालणारे दोन गोड शब्द. पण यातली एकही गोष्ट या मातीने याला दिली नाही.

माती माणसाची, आभाळ देवाचे! म्हणून रक्तबंबाळ पायांनी आणि आशाळभूत

डोळ्यांनी आयुष्याची काटेरी पाऊलवाट तुडवीत आणि अधूनमधून वर पाहत तो चालत राहिला.

आकाशाने याला ऊन दिले, पण प्रकाश दिला नाही. त्या उन्हाने याची तहान मात्र वाढली; जी भागवायला याच्यापाशी मातीचे फुटके भांडेदेखील नव्हते! सुंदर फुले काढलेली चांदण्यांची चादर आकाशाने याच्या अंगावर घातली. त्या चादरीने याला अधिकच थंडी वाजू लागली. कुणाच्या तरी अंगाची ऊब हवी म्हणून तो तडफडला. पण ती त्याला कधीच मिळाली नाही.

वरच्या निळ्या मखमली पडद्याआड घोरत पडलेल्या परमेश्वराला याने अनेकदा आळवले, पण तो या कुशीवरून त्या कुशीवर झाला नाही.

होय, हे एक बेवारशी प्रेत आहे. त्याला नाव नाही, गाव नाही, जातपात नाही, गणगोत नाही, काही काही नाही.

पण मित्रा, याच्याशी तुझे-माझे अगदी जवळचे नाते आहे. नियतीचे फासे थोडे निराळे पडले असते तर या अनामिकाच्या जागी तू किंवा मी—

अरे हो! मी विसरलोच होतो. मी कुणी कवी नाही. एक कारकून आहे. खरे आहे बाबा, खरे आहे. चल, मित्रा, लवकर चल. आपल्याला वेळेवर पोहोचायला हवे; थोडा उशीर झाला तरी आपला साहेब—

हो, हो, हो! तू आठवण केलीस म्हणून बरे झाले. आज रविवार आहे आणि आपण चित्रपट पाहायला निघालो आहो, नाही का? कारकुनाच्या आयुष्याच्या सहाऱ्यात ही एवढीच हिरवळ असते.

मित्रा, ते कोपऱ्यावरले मस्त चित्र पहा. ती तुझी-माझी आवडती नटी—

चल, लवकर चल. नाहीतर तिकिटे संपून जातील आणि दुप्पट पैसे देऊन काळ्या बाजारात आपल्याला ती घ्यावी लागतील. आपण कारकून आहोत. बाबा, आपल्या खिशांना ते परवडणार नाही. चल, पाऊल उचल, भरभर चल.

सह्याद्री मे, १९६४

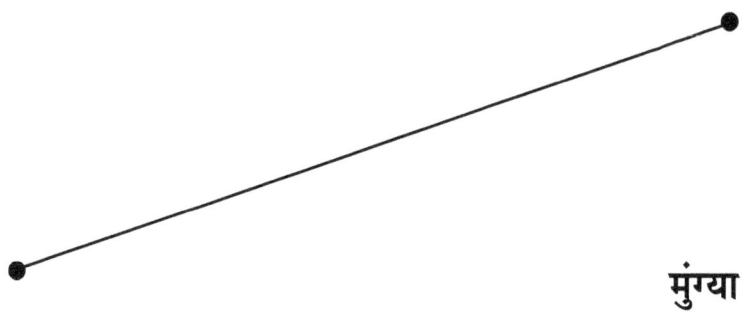

मुंग्या

रस्त्याने मुंग्यांची रांग चालली होती. प्रत्येक मुंगीच्या तोंडात साखरेचा एक कण होता.

रांगेतल्या एका प्रौढ मुंगीच्या पुढे एक अगदी अल्लड मुंगी होती. आज पहिल्यांदाच ती या सनातन समाजकार्यात सहभागी झाली होती.

ती अनुभवी मुंगी एकदम थांबली व त्याबरोबर रांग तुटली. मागच्या सर्व मुंग्या थबकल्या.

पुरंध्री मुंगी खेकसली, ''काय झालं गं कारटे तुला? ठेचबिच लागली की काय?''

त्या दोघींच्या मागच्या मुंग्या गडबडून गेल्या. भयभीत झाल्या. रांगेच्या पुढच्या भागात काही अपघात बिपघात झाला नसेल ना? एखाद्या मोटारीचे चाक रांगेवरून गेले असले तर? त्या अपघातात कोणकोण दगावली असतील? या अजागळपणाबद्दल शोकसभेत राणी मुंगी साऱ्यांना कशी फाडून खाईल...

पोरगी मोठी अवखळ होती. ती प्रौढ मुंगीकडे वळून म्हणाली, ''जरा थांब गं मावशे! गंमत बघू दे की थोडी. ही बघ दुकानाची पुढली बाजू. आपल्यासारखीच लांबलचक रांग उभी आहे बघ तिथे.''

''अगं तीसुद्धा मुंग्यांचीच रांग आहे.''

''मुंग्यांची?''

''हो! पण या मुंग्या फार मोठ्या आहेत. नि मोठ्या शिष्टही आहेत. दोन पायांवर उभ्या राहतात त्या नि जिथंतिथं 'माणूस माणूस' म्हणून मिरवतात.''

'''माणूस' म्हणजे काय गं मावशी?''

''अगं काही नाही. आपल्यासारखाच एक प्राणी देवानं निर्माण केलेला, त्याच्या दयेवर जगणारा.''

''या मोठ्या मुंग्या- चुकले बाई! ही माणसं- ही काय करतायत गं इथं?''

"साखरेसाठी उभी आहेत ती सकाळपासनं.''

"म्हणजे?''

"तू लहान आहेस पोरी अजून. तुला नाही कळायचं हे. ही माणसं- चुकले बाई! या मोठ्या मुंग्या- भारी आळशी आहेत. आपण कशा नेहमी काम करीत असतो. मिळेल तिथून कणकण, दाणा घेऊन येतो. यांचं तसं नाही. जिथं तिथं हात पसरून आपल्या रांगेत उभ्या राहतात. सिनेमा असो नाही तर रेशन असो. यांची रांग आपली तयार आहे. मी खूपखूप बघितलंय पोरी. म्हणून सांगते तुला, पुढं चल मुकाट्यानं, या मोठ्या मुंग्यांसारखा मूर्ख, दुबळा प्राणी जगात दुसरा नाही. नि हे बघ कान कर इकडं. असा, लुच्चा आप्पलपोटा प्राणीही जगात दुसरा कुणी नाही.''

"मला नाही बाई समजत तू काय म्हणतेस ते!''

"अगं वेडे, आपण ही जी साखर नेतोय ती कुठनं आणली?''

"या दुकानाखालच्या तळघरातनं.''

"म्हणजे दुकानात साखर आहे ना?''

"आहे की, पुष्कळ आहे.''

'तो बघ- तो दुकानदार त्या मोठ्या मुंग्यांना ओरडून सांगतोय- 'साखर संपली!' त्या मोठ्या मुंग्या बघ कशा मान खाली घालून चालल्यायत. अगं पोरी, तुकाराम म्हणून एक फार मोठा कवी होऊन गेला. त्यानं या मोठ्या मुंग्या पाहिल्या, आपल्यासारख्या लहान मुंग्या पाहिल्या नि मग एक छान छान कविता लिहिली- 'लहानपण देगा देवा. मुंगीसाखरेचा रवा!' हं, चल आता पुढं या ओळी घोकीत. उद्याला त्या पाठ व्हायला हव्यात!''

दीपावली १९६४

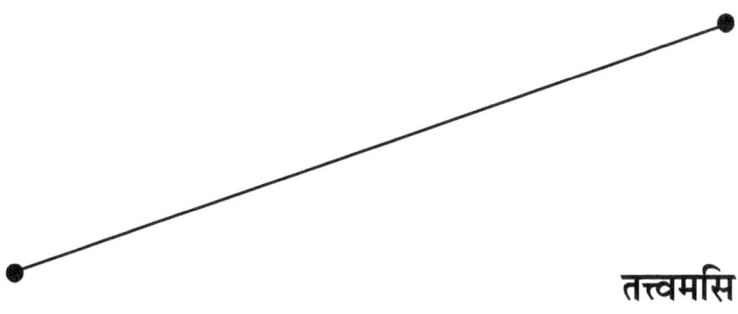

तत्त्वमसि

मी एका उंच पर्वताच्या शिखरावर उभा होतो. खाली भयाण दरी पसरली होती. मी टक लावून पाहू लागलो. दरीत पिशाच्चे नाचत होती, धावत होती, वेड्यावाकड्या उड्या मारीत होती, यथेच्छ दारू पीत होती आणि हरतऱ्हेच्या पापाला मोठ्या प्रेमाने मिठ्या मारीत होती.

माझ्या मनात आले, 'आम्हा माणसांच्या जगापेक्षा हे जग किती भयंकर आहे.'

त्याचक्षणी एका पिशाच्चाने सहज वर पाहिले. माझ्याकडे टक लावून पाहत आनंदाने दात विचकीत आणि सापासारखे दिसणारे आपले दोन्ही बाहू पसरीत ते ओरडले, 'मित्रा-दोस्त हे माझ्या प्रिय बंधो-'

मांडवी (दिवाळी) नोव्हेंबर-डिसेंबर, १९६७

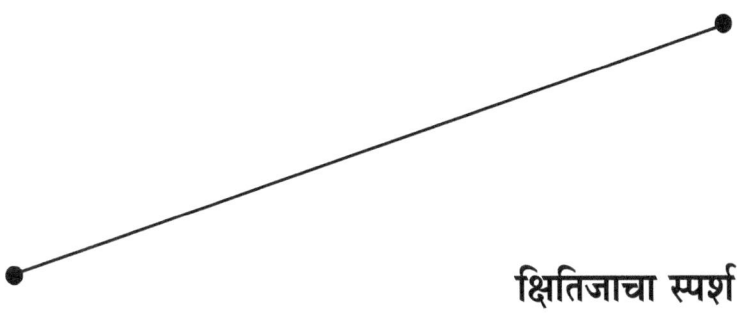

क्षितिजाचा स्पर्श

फिरता फिरता माझ्या दृष्टीला एक मनुष्य पडला. तो सुसाट धावत होता, शर्यतीतल्या घोड्याप्रमाणे दौडत होता. क्षितिज हे त्याचे लक्ष्य होते. त्याचा तो पाठलाग करीत होता.

कितीतरी वेळ तो फिरत राहिला, एखाद्या यांत्रिक चक्रासारखा. पण क्षितिज त्याच्या हाताला लागले नाही.

हे दृश्य पाहून मी अस्वस्थ झालो. हा वेडा मनुष्य उरीपोटी फुटून फुकट मरून जाईल अशी भीती मला वाटू लागली. करुणेने माझे मन भरून गेले. सारा जीव आवाजात ओतून मी ओरडलो, 'मित्रा, थांब-थांब. तुझी ही यातायात व्यर्थ आहे. तुला कधीही क्षितिजाला स्पर्श करता येणार नाही.

तो दचकला- थांबला. तिरसटपणे माझ्याकडे पाहत तो ओरडला, 'खोटारडा कुठला!'

आणि पुढच्या क्षणी तो पुन्हा धावू लागला.

मांडवी (दिवाळी) नोव्हेंबर-डिसेंबर, १९६७

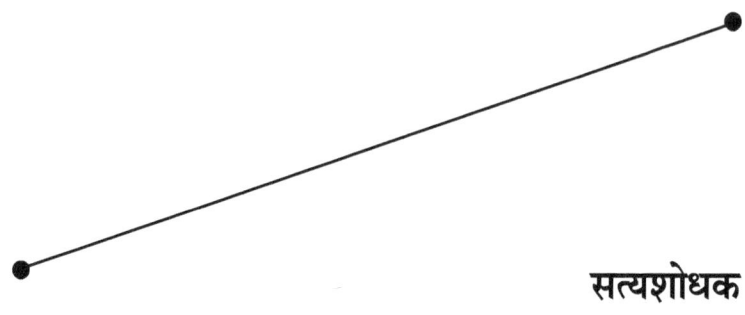

सत्यशोधक

सत्याचा शोध करायला एक प्रवासी निघाला, तो थोडासा पुढे गेला नाही तोच आश्चर्यचकित होऊन एकदम थांबला. सत्याकडे जाणारी पाऊलवाट त्याला कुठेच दिसेना. त्याच्यासमोर जिकडेतिकडे रान माजले होते, चांगले गुडघाभर उंच.

तो सत्यशोधक स्वत:शीच उद्गारला, 'हां, हेच खरं! बरेच दिवसांत या वाटेनं पुढं कुणी गेलाच नसावा!'

क्षणभराने वाकून समोरच्या रानगवताकडे तो पाहू लागला. मग तो स्वत:शीच म्हणाला, 'छे, या वाळलेल्या गवताच्या काड्या नाहीत! चित्रविचित्र सुळ्यांची पाती आहेत ही.'

तो विचारात पडला. खूप वेळाने तो पुटपुटला, 'हां, हेच खरं! सत्याकडं जाणारे दुसरे मार्ग अस्तित्वात असले पाहिजेत.'

(स्टीफेन क्रेनच्या आधारे)

मांडवी (दिवाळी) नोव्हेंबर-डिसेंबर, १९६७

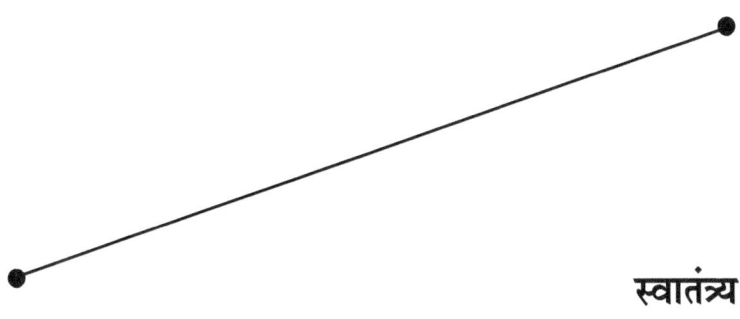

स्वातंत्र्य

तळ्याजवळच्या बंगल्यातून मुंग्यांची रांग बाहेर पडत होती. प्रत्येक मुंगीच्या तोंडात तांदळाचा एक लहानसा कण होता.

चालता चालता आघाडीची म्हातारी मुंगी थांबली. 'हुश्श' करीत ती म्हणाली, "काय मेलं आमचं हे जिणं, ये रे दिवसा, भर रे पोटा."

तिच्यामागची तरुण मुंगी तडफेने बोलू लागली, "अशा वैतागता कशाला आजीबाई? अहो, तांदूळ मिळत नाही म्हणून माणसं रडताहेत- साखर मिळत नाही म्हणून ओरडताहेत. पण आपल्याला काही कमी पडतंय का? माझ्या छकुलीचा वाढदिवस आहे उद्या. साखरभात करणार आहे मी तिला. तो थोडा खाऊन पहा म्हणजे तुमच्या मनातले हे निराशावादी विचार नाहीसे होतील."

तिच्यामागची दुसरी अधिक तरुण मुलगी ठसक्यात उद्गारली, "अहो सरदारीणबाई, तुम्ही बसा त्या साखरभाताला चिकटून. आम्ही काही मेलेल्या आईचं दूध नाही प्यालो. साऱ्या मुंग्या माणसांच्या पारतंत्र्यात दिवस कंठताहेत नि तुम्हाला मात्र हा साखरभात सुचतोय.

"किती दिवस या नतद्रष्ट माणसांवर अवलंबून राहायचं आम्ही मुंग्यांनी? यांच्या घरात काही असलं तर ते आम्हाला मिळणार. नाहीतर- मुंग्यांनी आता स्वतंत्र व्हायला हवं. स्वातंत्र्याकरिता बलिदान करायची आपली तयारी हवी, नाहीतर आम्हाला परांच्या गाद्यांवर थोडंच लोळायला मिळतंय! रात्री कुणाच्या बिछान्यात सहज गेलं की, लगेच तो मेला राक्षस आमचा चोळामोळा करून टाकतो. ते काही नाही. मुंग्यांनी आता स्वातंत्र्याची चळवळ केलीच पाहिजे."

रांगेतल्या मागच्या मुंग्यांनी घोषणा केली, "मुंग्यांचं स्वातंत्र्य झिंदाबाद."

इतक्यात एक गोड शीळ ऐकू आली. ती कानी पडताच पुन्हा घोषणा करण्याचे भानच मुंग्यांना राहिले नाही.

ती शीळ होती एका पाखराची.

म्हाताऱ्या मुंगीने टक लावून त्याच्याकडे पाहिले. असले सुरेख पाखरू तिने पूर्वी कधी पाहिलेच नव्हते. ती त्याला म्हणाली, ''तुमचा आवाज फार गोड आहे हो पाहुणे!''

पाखराने काहीच उत्तर दिले नाही. शीळ घालीत एका झाडाच्या फांदीवरून ते उडाले आणि दुसऱ्या झाडाच्या फांदीवर जाऊन बसले.

''कुठनं आलात तुम्ही महाराज?'' वृद्ध मुंगीने अदबीने प्रश्न केला.

''हिमालयाकडून.''

''हिमालय? हे काय आहे बाई? तांदळाची गोणी? की साखरेची?''

पाखरू हसत उत्तरले, ''हिमालय नावाचा एक फार उंच पर्वत आहे. सदैव बर्फात नटलेला, पांढरा पांढरा शुभ्र!''

''साखरेइतका पांढरा?'' एका अल्लड मुंगीने मधेच प्रश्न केला.

''साखरबिखर मला ठाऊक नाही. मला माहीत आहे फक्त हिमालय! तिथं सारं स्वातंत्र्याचं राज्य आहे. वाऱ्यांनी स्वच्छंद वाहावं, झऱ्यांनी हवं तसं खळखळावं, वृक्षांनी आकाशाला शिवावं, पाखरांनी कुठंही दूर दूर उडत जावं, अशी आहे तिथली रियासत!'

पाखराचे ते वक्तृत्व ऐकून क्रमांक तीनच्या मुंगीने पुकारा केला, ''मुंग्यांचे स्वातंत्र्य झिंदाबाद! चलो हिमालय!''

हिमालयाच्या दिशेने स्वातंत्र्योत्सुक मुंग्यांची ती रांग वाटचाल करू लागली.

गावाच्या सीमेपर्यंत आल्यावर म्हातारी मुंगी म्हणाली, ''पहा गं पोरींनो जरा, जवळपास कुठं पांढराशुभ्र पर्वत दिसतोय का?''

सभोवार सारे सपाट मैदान पसरले होते.

''म्हातारी-कोतारी म्हणजे असून अडचण आणि नसून खोळंबा!'' रांगेतली ताज्या दमाची एक तरुण मुंगी पुटपुटली.

थोडी विश्रांती घेऊन रांग पुन्हा चालू लागली. वाटेत एक लहानसा वहाळ होता. त्यात तसे फार पाणी नव्हते. पण साऱ्या मुंग्या विचारात पडल्या! पलीकडे जायचे कसे?

वहाळाच्या वरच्या बाजूला गर्द झाडी असावी! तिकडून गळलेली पाने पाण्यावर तरंगत तरंगत खाली येत होती.

म्हाताऱ्या मुंगीने त्या पानावरून पलीकडे जायची कल्पना काढली. पान काठाला लागले की, चारदोन मुंग्यांनी त्याच्यावर टुणकन उडी मारून बसावे, पान दुसऱ्या काठाला जाऊन थडकले की, त्यांनी पटापट उड्या माराव्यात आणि मग सर्वांनी पुन्हा एकत्र येऊन पुढे कूच करावे असे ठरले.

खूप वेळाने वहाळाच्या पलीकडे मुंग्यांचे संमेलन भरले तेव्हा त्यांची संख्या निम्म्यापेक्षा कमी झालेली दिसत होती.

एक तरुण मुंगी ताठ मानेने आणि आवेशपूर्ण स्वराने बोलू लागली, ''हे स्वातंत्र्ययुद्ध आहे! यात अनेकांना मरण येणार हे उघड आहे. आज ज्या मुंग्या धारातीर्थी पडल्या आहेत, त्या निश्चित स्वर्गाला जातील! कारण गीतेत म्हटलंच आहे– 'हतोऽवा प्राप्स्यासि स्वर्गं, जित्वा वा भोक्ष्यसि महीम्!' या सर्व मृत मुंग्यांच्या पराक्रमाला साक्षी ठेवून आम्ही साऱ्या जणी प्रतिज्ञा करतो की, वाटेत ओढे येवोत किंवा महासागर येवोत, आम्ही आमचं ध्येय– तो उंच उंच हिमालय– गाठल्याशिवाय राहणार नाही!''

मुंग्यांची रांग पुन्हा चालू लागली. वाटेत त्यांना एक साखर-कारखाना लागला. त्या तिथे पोहोचल्या तेव्हा सूर्य मावळत होता. रात्री कारखान्यात मुक्काम करून विश्रांती घ्यावी म्हणून साऱ्या मुंग्या आत शिरल्या.

दुसरे दिवशी सकाळी पुढच्या प्रवासाला निघायचे! पण सकाळी त्या साऱ्या एकत्र जमल्या तेव्हा म्हातारी मुंगी म्हणाली, ''पोरींनो, काल रात्री मला एका दृष्टान्त झाला. त्यात कुणीतरी साधू म्हणत होता, तू जिथं झोपली आहेस तो हिमालय पर्वतच आहे. आता उगीच पायपीट करायचं कारण नाही तुला!''

तरुण तडफदार मुंगी उद्‌गारली, ''आजीबाई सांगताहेत ते अगदी खरं आहे. हा हिमालयच आहे. इथं जिकडंतिकडं पांढऱ्याशुभ्र बर्फाच्या राशी पडल्या आहेत. रात्रभर हिंडून मी त्याच बघत होते.''

अल्लड मुंगी उद्‌गारली, ''ते मेलं पाखरू महामूर्ख होतं! बर्फ इतका गोड असतो हे आधीच सांगायचं की नाही त्या वेड्यानं आम्हाला! भगिनींनो, आपण हिमालय गाठला आहे. आमची प्रतिज्ञा खरी झाली आहे. चला, करा जयघोष– 'मुंग्यांचे स्वातंत्र्य झिंदाबाद!''

साहित्यलक्ष्मी (दिवाळी), १९६७

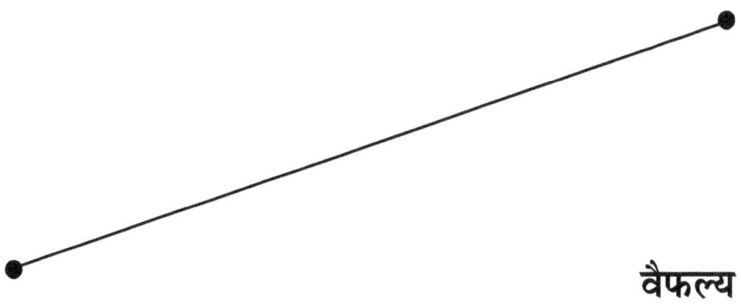

वैफल्य

सृष्टी-निर्मितीच्या परिश्रमांनी परमेश्वर शिणून गेला. विश्रांतीकरिता तो दूर एकांतात जाऊन बसला. थोड्या वेळाने लवंडला– पर्वतशिखराची उशी करून आणि आकाशाची चादर अंगावर ओढून.

पण काही केल्या त्याचा डोळा लागेना! अपूर्व आनंदानेही मनाला अस्वस्थता येते, तसे त्याचे झाले होते.

दीर्घ काळाने निद्रेत त्याच्या डोळ्यांवर मोरपिसे फिरविली. पण झोपेतही त्याला आपल्या अद्भुत निर्मितीचीच स्वप्ने पडत होती. मधेच बालकासारखा तो खुदकन हसत होता.

तो जागा झाला तेव्हा जिकडे-तिकडे आनंदीआनंद नांदत आहे असे त्याला दिसले. एवढी विशाल सृष्टी, पण सारी कशी सुतासारखी सरळ चालली होती.

एखाद्या महाकवीने स्वत:चे काव्य गुणगुणत त्याचा रसास्वाद घ्यावा, त्याप्रमाणे आपण निर्मिलेल्या प्रत्येक गोष्टीचे कौतुक करीत परमेश्वर फिरू लागला.

तो एका सुंदर उद्यानापाशी आला. फुलपाखरांचे रंग उन्हात झगझगत होते. त्यांचे नाजूक चिमणे पंख जणू जरतारी वस्त्रे फाडून बनविले होते.

आम्रवृक्षाच्या पर्णभारातून कुहूऽकुहू असे मधुर स्वर येत होते. छे! ते सूर नव्हते. अमृताचे चिमणे कारंजे त्या पर्णभारात थुई-थुई नाचत होते.

उंच आकाशात आपले विशाल पंख पसरून गरुड भरारी घेत होता. त्याच्या लेखी वर सूर्य प्रकाशत नव्हता! ती एक दीपज्योती होती आणि आपण सहज पंख हलवले तरी ती विझून जाईल असे त्याला वाटत होते.

परमेश्वर एका फुलपाखरापाशी गेला. त्याने प्रश्न केला, ''बेटा, तू सुखी आहेस ना?''

फुलपाखराची हसरी मुद्रा एकदम मलूल झाली. तिरसटपणाने ते उत्तरले, ''मी एक दुर्दैवी प्राणी आहे साधुमहाराज.''

या चिमण्या जिवाला एवढे कसले मोठे दु:ख झाले आहे ते परमेश्वराला कळेना! तो वत्सल स्वराने म्हणाला, ''देवानं तुला किती सुरेख पंख दिले आहेत?''

''पण ते गरुडासारखे मोठे कुठं आहेत?''

''फुला-फुलातला गोड मध तुला चाखायला मिळतो ना?''

''पण एवढा मध चाखून मला काही गोड गाता येत नाही. ती कोकिळा पहा कशी–''

या वेड्या फुलपाखराऐवजी आपण कोकिळेलाच हा प्रश्न विचारायला हवा होता, असे परमेश्वराच्या मनात आले. आम्रवृक्षाखाली जाऊन गायेने भरलेल्या स्वराने त्याने विचारले,

''बेटी, तू सुखी आहेस ना?''

''सुख? ते कसं असतं हे मला ठाऊकसुद्धा नाही, साधुमहाराज!''

''म्हणजे?''

''काय सांगू कपाळ तुम्हाला? कुहू-कुहू हे गोड सूर मी काढते असे साऱ्या लोकांना पूर्वी वाटायचं. किती किती कवींनी काव्यंसुद्धा रचली माझ्यावर! पण आता माणसं शहाणी झाली ना? त्यांनी एक शोध लावलाय.''

''शोध? कसला शोध?''

''कुहू-कुहू हे जे गाणे आहे, ते मी गात नाही म्हणे! माझा नवरा गातो असं या शहाण्यांचं म्हणणं आहे!''

परमेश्वर हसत म्हणाला, ''अगं, जे नवऱ्याचं मोठेपण तेच बायकोचं मोठेपण!''

''तुम्ही बाल ब्रह्मचारी दिसताय साधुमहाराज. तुम्हाला संसाराचा अनुभव कुठनं असणार? अहो, नवरा म्हणू नये आपला नि साप म्हणू नये धाकला!''

पुढे काय बोलावे ते परमेश्वराला सुचेना, पण कोकिळा थोडीच गप्प बसते! ती तावातावाने म्हणाली, ''देवाइतकं वाईट कुणी नाही या जगात. हा काळा रंग कशाला दिला मेल्यानं मला? त्याच्या जवळचे फुलपाखरांचे सारे रंग काय संपून गेले होते? नि या पानात लपून बसण्याची सक्ती त्यानं आमच्यावर का करावी? कितीदा मनात येतं, गरुड जसा पंखांची वल्ही मारीत वरच्या निळ्या समुद्रात–''

परमेश्वर खाली मान घालून पुढे चालू लागला. गरुड भेटताच त्याने मोठ्या उल्हासयुक्त स्वराने विचारले,

''बेटा, तू तरी सुखी आहेस ना?''

विचित्र चीत्कार करीत गरुड ओरडला, ''डोंगराच्या कडेकपारीत राहण्यात कसलं आलंय सुख? कुठंतरी उंच शिखरावर जायचं नि आकाशातील ही वाटोळी दिवटी पाहत बसायचं! यात कसला आलाय प्रभू आनंद? म्हणे गरुडाने पूर्वी

स्वर्गातनं अमृत आणलं होतं. साऱ्या थापा! या जगात स्वर्ग नाही नि अमृतही नाही! देवानं मला असला वैराण जन्म देण्यापेक्षा चिमणं फुलपाखरू केलं असतं तर–''

पश्चात्ताप करीत हौसेने निर्माण केलेल्या आपल्या जगाकडे पाठ फिरवून परमेश्वर चालू लागला.

दीपावली, १९६७

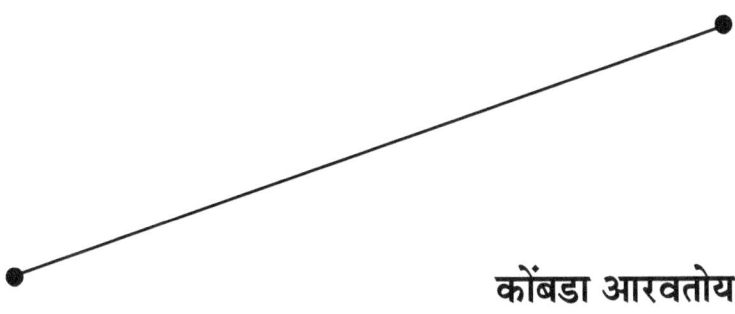

कोंबडा आरवतोय

मला जाग आली. आईच्या मोरपिशी कुशीतून दूर होत मी म्हटलं, "कोंबडा आरवतोय! आई, कोंबडा आरवतोय. शाळेला जायचंय मला."

मला जवळ ओढीत जड स्वरानं आई पुटपुटली, "झोप जरा गप्प. शाळेला खूप वेळ आहे अजूनी."

मला जाग आली. पत्नीच्या साखरमिठीतून सुटण्याचा प्रयत्न करीत मी म्हणालो, "कोंबडा आरवतोय."

"अं हं."

"रियाजाला बसायचंय मला."

"झोपा जरा स्वस्थ. किती किती थकला आहात कालच्या मैफिलीत."

मला जाग आली. माझ्यातल्या शंभर मीपैकी आजपर्यंत मुका असलेला एकदम एक मला म्हणाला, "कोंबडा आरवतोय."

बाकीचे आहेतच. बोलत नाहीत. मी जिवाचे कान करून ऐकू लागलो. पण "झोपा जरा आजोबा." हे शब्द कुठूनही माझ्या कानावर पडले नाहीत.

कोंबडा आरवतच राहिला.

मला शाळेला जायचं नाही. मला रियाजाला बसायचं नाही. मग हा कोंबडा सारखा का आरवतोय?

चिरचिऱ्या मनानं मी दार उघडलं. बाहेर काळोख पसरला होता. एक अदृश्य वीज त्याला उजाळा न देता अज्ञातात विलीन होत होती.

कोंबडा आरवतच राहिला. आकाशात चमचमणाऱ्या नक्षत्रांना मी विचारलं, "हा कोणता राग आहे?"

श्री शब्द (दिवाळी अंकायन) १ नोव्हेंबर, १९६९

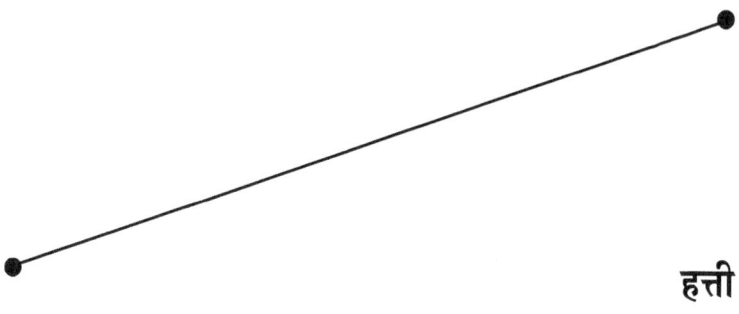

हत्ती

वाजतगाजत नगरात हत्तीचा प्रवेश झाला.

किंचित बुजऱ्या नजरेनं त्यानं चोहीकडं पाहिलं. रस्त्याच्या दोन्ही बाजू माणसांनी फुलून गेल्या होत्या. नकळत बालपणातलं अरण्य त्याच्या डोळ्यांपुढं उभं राहिलं. उन्हाळ्यात ते फळा-फुलांनी असंच गजबजून जाई. बाळपणातल्या त्या दिवसांच्या पाठोपाठ सर्कशीतला आयुष्यक्रम त्याला आठवला. भल्यामोठ्या तंबूत माणसं अशीच गर्दी करीत. दाटी-वाटीनं बसत. एका लहानशा स्टुलावर अंग चोरून आपण कसेबसे उभे राहत असू. लोक टाळ्या पिटीत, शिट्या फुंकीत, पण आतल्या आत आपल्याला वाटत राही, 'खाली एकदा सुखरूप उतरलो म्हणजे मिळवली.'

सर्कशीसारखीच आताही माणसं दुतर्फा पसरली होती. बायका-पोरं, म्हातारे-कोतारे, पोरं टाळ्या पिटीत होती. बायका नमस्कार करीत होत्या. म्हातारे आपापसात, पण मोठमोठ्यानं म्हणत होते, 'काय देखणा हत्ती आहे–' 'देवाचा हत्ती असावा तर असा–' 'किती तरणाबांड आहे हा–' 'साक्षात गजाननाचा अवतार–'

हत्तीला त्यांची भाषा नीटशी कळत नव्हती. पण त्या सर्वांच्या मुद्रांवरला भक्तिभाव त्याला फार फार आवडला. भाव आनंददायक वाटला.

तो मनात म्हणत होता, '–अरण्य आता मागं पडलं. फार फार बरं झालं. किती दुष्ट माणसं असतात तिथं. ते भलेमोठे खड्डे खणतात. हिरव्यागार गवतानं आणि पानांनी ते झाकून टाकतात. आपल्यासारखी भोळी-खुळी हत्तीची पिल्लं सहज फसतात. त्या खड्ड्यात पडतात. त्याच्या हाती सापडतात. आपण असेच पकडलो गेलो. मग त्यांनी आपल्याला सर्कसवाल्याला विकून टाकलं... ही सर्कशीतली माणसं काही कमी दुष्ट नसतात. एवढ्याशा स्टुलावर उभे राहणे हत्तीला किती कठीण जातं, हे त्यांना कळत नसेल का? पण त्यांना दिसतो फक्त पैसा. हत्तीच्या हालाकडं कोण पाहणार? असा राग यायचा सर्वांचा एखादेवेळी. वाटायचं एकेकाला सोंडेत धरावं आणि भरभर फिरवत दूर हवेत भिरकावून द्यावं.

या नगरात देवस्थानाचा हत्ती म्हणून यापुढं आपण आनंदानं राहू. फार चांगलं काम मिळालं देवदयेनं आपल्याला. कुणाच्या अध्यातमध्यात पडायला नको. फक्त देवाची सेवा करायची. देव भक्ताला कधी अंतर देत नाही म्हणे. आपल्यालाही तो शेवटपर्यंत सांभाळील.

हत्तीचा नगरात प्रवेश होताच, सुवासिनींनी त्याला ओवाळलं. त्याच्या पायावर पाणी घातलं. अनेकांनी त्याच्यापुढं नारळ फोडले. त्याच्या कपाळावरल्या नामाकडे बोट दाखवून पोरं कौतुकानं म्हणू लागली, 'फार शहाणा आहे हं आपला नवा हत्ती. कसं छान गंध लावलंय बेट्यानं.'

हत्ती खुशीत आला. 'तुम्हा सर्वांच्या प्रेमाबद्दल मी फार फार आभारी आहे.' हे सांगण्यासाठी त्यानं चारी बाजूला आपली सुंदर सोंड वळवून ती पुन्हापुन्हा वर्तुळाकार फिरविली. त्याचे बारीक डोळे सुवासिनींच्या तबकातील निरंजनासारखे समाधानाने उजळले.

राजेसाहेबांना सात-आठ कन्यारत्नं होती. पण त्यांचं अपत्यसुख अपूर्ण होतं. गादीला अजून वारस मिळाला नव्हता. पुत्रप्राप्तीसाठी यज्ञयाग, जपजाप्य, नवससायास, गंडेदोरे, अंगारे-धुपारे वगैरे साऱ्या गोष्टी वर्षानुवर्षे सुरू होत्या. पण राजेसाहेबांच्या काळ्या केसात पांढरे केस डोकावू लागले, तरी मुलाचा पाळणा राजवाड्यात हलला नव्हता. मुलाच्या पायात घुंगरवाळा वाजला नव्हता. राजवाडा आपले हजार डोळे आकाशाकडे लावून प्रार्थना करीतच होता.

हत्ती राजेसाहेबांच्या कुलदैवताच्या दिमतीला दिला गेला. निरनिराळ्या देवांचे छबिने निरनिराळ्या वारी निघत. त्या सर्वांत हत्ती अग्रभागी मिरवू लागला. यंदाच्या दसऱ्याला देवाच्या हत्तीवरल्या अंबारीत बसून राजेसाहेब शिलंगणाला गेले. साऱ्या नगरीत हत्तीचं कोडकौतुक सुरू झालं. त्या कौतुकावर वर्षभरातच कळस चढला. राजेसाहेबांना पुत्ररत्नाची प्राप्ती झाली. हत्ती मोठ्या पायगुणाचा ठरला. शुभलक्षणी, बावन्न गुणी म्हणून त्याची पूजा झाली. राजेसाहेब व राणीसाहेब जोडीने दर संकष्टीला त्याच्या दर्शनाला येऊ लागले. त्याच्या खाण्या-पिण्यात, निवासस्थानात कसलंही न्यून राहिलं नाही.

सारं नगर हत्तीच्या भजनी लागलं. तो नवसाला पावतो म्हणून उडाणटप्पू पोरं परीक्षेच्या वेळी त्याच्या राजेशाही थाटाच्या हत्तीखान्याकडं येत. देवाप्रमाणं त्याला नमस्कार करीत. नवस बोलत. लेकुरवाळ्या बाया, मूल होत नाही म्हणून कष्टी झालेल्या बायका, देवदर्शनाला निघालेले स्त्री-पुरुष, परगावहून येणारे पै-पाहुणे या सर्वांची हत्तीखान्याकडली वर्दळ वाढली गेली.

हळूहळू हत्तीच्या मनावर नकळत या साऱ्या कौतुकाची नशा चढली. आपण देवाचे हत्ती आहोत, आपल्या अंगी काही दैवी सामर्थ्य आहे असं त्याला वाटू

लागलं. भीती, दुःख, रोग, संकट अशा साऱ्या शब्दांची तोंडओळखसुद्धा तो विसरून गेला.

पावसाळ्यामागून पावसाळे आले नि गेले. नद्यांना महापूर आले व सृष्टिक्रमानुसार ते ओसरले. शेतात धान्यं पिकली. कापणी होऊन ती खळ्यात येऊन पडली. खळ्यातून दूरदूरच्या बाजारात गेली. बाजारातून घरोघर जाऊन पोरा-बाळांच्या, म्हाताऱ्या-कोताऱ्यांच्या मुखी घास भरवू लागली. मधेच एखादं दुष्काळकाळाचं वर्ष येई. नाही असं नाही. पण हत्तीला त्याची कधीच दाद लागली नाही. तो होता देवाचा हत्ती. नगरीचा अलंकार. राजेसाहेबांचा लाडका. त्याला कधीकधी काही कमी पडलं नाही.

कालचक्र असंच फिरत राहिलं. मात्र हत्तीच्या आयुष्यक्रमात आणि ऐशआरामात रतिभरही अंतर पडलं नाही. तो छबिन्यात, शिलंगणात, राजकन्यांच्या विवाहसमारंभात मिरवत राहिला. सदैव सर्वत्र.

कालचक्र फिरतच होतं. प्रथम राणीसाहेबांचा कैलासवास झाला. त्यांच्या पाठोपाठ राजेसाहेब गेले. हत्तीच्या पायगुणानं झालेला राजकुमार आता वयात आला होता. तो गादीवर बसला.

शिलंगणाच्या दिवशी अंबारीत बसून सोनं लुटायला जात असताना हत्ती म्हातारा होत चालल्याची जाणीव राजेसाहेबांना झाली. ते आपल्या तरुण दृष्टीनं भोवतालच्या जगाकडं पाहात होते. राजवाडा सोडून आधुनिक पद्धतीनं बांधलेल्या बंगल्यावर राहायला गेले होते. परंपरागत राजवस्त्र त्यांच्या अंगावर क्वचितच दिसे. ते बहुधा सुटाबुटात वावरत. साहजिकच देवाच्या हत्तीला पेन्शनीत काढलं पाहिजे, असं त्यांच्या मनानं घेतलं. खजिन्यात पैसा मुबलक होता.

नवा, देखणा, तरणाबांड हत्ती खरेदी करण्याचा हुकूम राजेसाहेबांनी दिला.

एके दिवशी सकाळी राजेशाही थाटाच्या हत्तीखान्यातून म्हाताऱ्या होत चाललेल्या हत्तीची उचलबांगडी झाली. तिथं नव्या, देखण्या, तरण्याबांड हत्तीची स्थापना करण्यात आली. म्हाताऱ्या हत्तीला शहरापासून दूर अशा एका जुन्या मोडक्या-तोडक्या हत्तीखान्यात ठेवण्यात आलं.

यंदा राजेसाहेब शिलंगणाला गेले ते नव्या, देखण्या, तरण्याबांड हत्तीवरल्या अंबारीत बसून. नवा हत्ती छबिन्यात, शिलंगणात साऱ्या साऱ्या समारंभात मिरवू लागला.

जुना हत्ती आपल्या पडक्या, कोंदट जागी पावलोपावली चडफडू लागला. आग धुमसत राहावी तसं काहीतरी सारखं त्याच्या मनात जळायचं. तापकऱ्यानं क्षणाक्षणाला या कुशीवरून त्या कुशीवर व्हावं तसं त्याचं मन तडफडायचं. तो उठल्यासुटल्या चिडे. माहुतावर आपला राग काढी. पण त्याच्या रागाला कुणीच

भीक घालत नसे. तो म्हातारा झाला आहे असं वाटून त्याला साखळदंडात बांधून ठेवण्याची गरजसुद्धा माहुताला वाटेनाशी झाली. अनेकदा हत्ती त्या मोडक्यातोडक्या हत्तीखान्यात मोकळाच असे. हद्दपारीची शिक्षा झालेल्या माणसासारखा.

अशावेळी त्याच्या मनात येई, इथनं बाहेर पडावं. शहर गाठावं. नगरातल्या रस्त्यावरून धावत सुटावं, आपल्याला सुवासिनींनी पहिल्यांदा जिथं ओवाळलं होतं, ती जागा डोळे भरून पाहावी, माणसांचा तो समुद्र, त्या समुद्रावर उठणाऱ्या लाटा, 'साक्षात गजाननाचा अवतार,' हे लोकांचे शब्द हे सारं पुन्हा पाहावं, पुन्हा ऐकावं.

या विचारानं तो अधिकच बेचैन होई. पण त्याचा पाय काही केल्या बाहेर निघत नसे. लोक आपल्याकडं पाहून हसतील, 'म्हातारा, म्हातारा' म्हणून आपल्याला हिणवतील असं भय त्याला सारखं वाटे. पोरंटोरंसुद्धा आता त्याच्याकडं फिरकत नव्हती. नवस बोलायला चिटपाखरूसुद्धा येत नव्हतं, हे सारं त्याला जाणवे. तो चडफडे, तडफडे, भिंतीवर डोकं आपटून जीव द्यावा असे त्याला वाटे. पण तो धीरही त्याला होत नसे. मात्र जगण्यातला सारा आनंद त्याच्या लेखी मावळला होता. माहुतानं चुकून एखादेवेळी ऊस खायला दिला तरीसुद्धा त्याला गोड वाटत नसे.

राजेसाहेबांच्या सर्वांत धाकट्या बहिणीचं लग्न ठरलं. विवाह मुहूर्त निश्चित झाला. समारंभाची पूर्वतयारी लोक मोठ्या हौसेनं आणि आनंदानं करू लागले. माहुतांच्या बोलण्याचालण्यावरून ही बातमी जुन्या हत्तीला कळली. आतापर्यंत प्रत्येक राजकन्येची वरात त्याच्या पाठीवरून निघाली होती. तेव्हा या लग्नातल्या वरातीचा मान आपल्यालाच मिळायला पाहिजे असं त्याच्या मनानं घेतलं. आता पुन्हा एकदा आपल्याला हजारो लोकांच्या गर्दीत मिरवता येईल, असं सोनेरी स्वप्न तो मनात रंगवू लागला. त्या स्वप्नलहरीवर तासन्तास तो मनसोक्त पोहत राही. आपण नगरात प्रवेश केला तेव्हा मोठ्या पायगुणाचे ठरलो होतो. त्या पायगुणासाठी का होईना या मंगलकार्यातला वरातीचा मान आपल्याकडं चालून येईल, या कल्पनेनं तो सुखावून गेला.

विवाहसमारंभ मोठ्या थाटामाटानं साजरा झाला. रात्री वरातीची धावपळ सुरू झाली. पण जुन्या हत्तीकडं कुणीच फिरकलं नाही. त्याला साखळदंडांनी नीट बांधून वरातीकडं जाण्याच्या गडबडीत त्याचा माहुत होता. इतक्यात घाईघाईनं बाहेरून कुणीतरी त्याला हाक मारली. हातातला साखळदंड तसाच टाकून तो निघून गेला. कोणत्या कामात तो गुंतला होता कुणास ठाऊक. पण तो परतलाच नाही.

लोकांचे थवेच्या थवे शहरातल्या रस्त्यावरून जात असावेत. त्यांचा अस्पष्ट कोलाहल एकसारखा हत्तीच्या कानावर पडत होता. कुठंतरी दूर खूप खूप दारू

सामान उडवलं जात असावं. त्याचे आवाज त्याला ऐकू येत होते. त्याचा अंधूक प्रकाश, समोरच्या आभाळाचा लहानसा तुकडा उजळवून टाकीत होता.

लोक आपल्याला विसरले या जाणिवेनं हत्ती वेडावून गेला. त्याला पूर्वीचे वैभवाचे दिवस आठवले. मागच्या सर्व वराती त्याच्या डोळ्यांसमोर उभ्या राहिल्या. तो रागानं बेभान झाला. सारं बळ एकवटून त्यानं आपलं अंग घुसळलं. मोकळा होऊन तो धावत सुटला.

हत्ती राजवाड्याकडं जाणाऱ्या जनसंमर्दात अचानक घुसला. बायका-पोरं, म्हातारे-कोतारे सारे हत्तीचा तो रुद्रावतार पाहून भयभीत झाले. वाट फुटेल तिकडं पळू लागले. कुणी त्याच्या पायाखाली सापडलं. वाटेत आलेल्या कुणाला तरी त्यानं सोंडेचा फटकारा मारला. कुणी त्याचा धक्का लागेल या भीतीनंच जागच्याजागी कोलमडलं.

राजवाड्याच्या रस्त्यानं हत्ती धावत सुटला. जिकडंतिकडं आरडाओरडा सुरू झाला– 'धावा– धावा– पळा पळा. म्हातारा हत्ती पिसाळला आहे. साखळदंड तोडून धावत सुटला आहे. सांभाळा. सांभाळा– धावा– धावा– पळा. पळा.'

एखाद्या राजवाड्यावर कडकडत वीज पडावी तशी हत्ती पिसाळून मोकाट सुटल्याची अमंगल वार्ता वरातीच्या तयारीत दंग असलेल्या अधिकाऱ्यांपर्यंत आली. त्यांच्या तोंडचं पाणी पळालं. ते गोंधळले. गडबडले. राजेसाहेबांकडं धावले. हत्तीच्या पायाखाली माणसं चेंगरली. हत्ती समोर येणारं माणूस सोंडेनं उचलून आकाशात भिरकावून देत आहे, साऱ्या नगरात मूर्तिमंत मृत्यूनं थैमान मांडलं आहे, अशा बातम्या त्याच्या पाठोपाठ येऊन थडकल्या.

राजेसाहेबांचा राग अनावर झाला. वरात पाहण्यासाठी रस्तोरस्ती, गल्लोगल्ली, माणसांची गर्दी झाली असणार, अशावेळी पिसाळलेला हत्ती मोकाट सुटणं म्हणजे अपशकुनाला आमंत्रण देण्यासारखं होतं. त्याच्या पायाखाली मुलं चेंगरतील, माणसं जखमी होतील. जिकडं-तिकडं रडारड, आरडाओरडा सुरू होईल. या मंगलप्रसंगी असं काही घडणं अत्यंत अशुभ ठरलं असतं. या गर्दीत हत्तीला पकडून जेरबंद करणं कठीण जाईल, असं साऱ्यांचं मत पडलं.

राजेसाहेबांनी क्षणभरसुद्धा विचार केला नाही. त्यांनी तत्काळ निर्णय घेतला. हुकूम सोडला, हत्तीला गोळ्या घाला.

रविवार सकाळ (दिवाळी) २५ ऑक्टोबर, १९७०

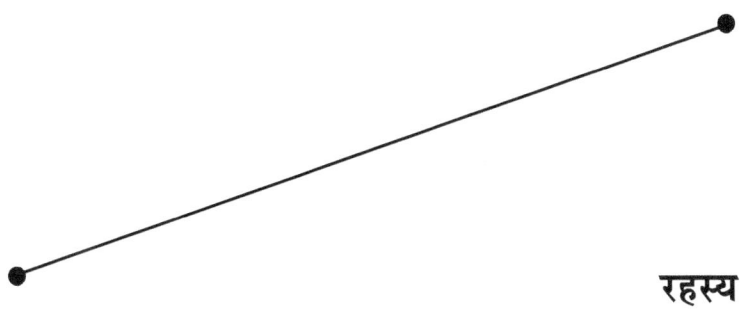

रहस्य

मी इंद्रधनुष्याला विचारलं, "हे सात सुंदर रंग तुला कुणी दिले?"

त्यानं उत्तर दिलं, "एका गायिकेचं गाणं ऐकता ऐकता माझं भान हरपलं. ते परत आलं तेव्हा तिच्या सुरांनी विणलेली ही सप्तरंगी शाल माझ्या अंगावर मला दिसली."

क्षणभर मी विचारमग्न झालो. ती गायिका कुठं राहते? हे विचारण्याकरिता मी पुन्हा वर पाहिलं. आकाशात इंद्रधनुष्य नव्हतं.

इंद्रधनुष्याला रंग देणाऱ्या त्या दिव्य गायिकेचं गाणं ऐकायला मिळावं म्हणून मी नगरं धुंडाळली, प्रासाद पालथे घातले. मैफलीत मग्न झालो.

पण ती अनामिका मला कुठंच भेटली नाही.

माझ्या दिशाहीन भ्रमंतीत शेवटी मला तिचं दर्शन झालं. एका जीर्ण, निर्जन मंदिरापुढल्या भग्न दीपमाळेच्या चबुतऱ्यावर. ऐन मध्यरात्री.

तिचे सूर माझ्या कानी पडले आणि मध्यरात्रीच्या काळोखात माझ्या मनात इंद्रधनुष्य उमलू लागलं. तिचं गाणं ऐकत मी स्तब्ध उभा होतो. माझ्या पुढ्यातल्या दीपमाळेसारखा.

आपल्या गानसमाधीतून ती गायिका बाहेर आली तेव्हा मी तिला म्हणालो, "देवी, हे सुंदर सप्त स्वर तुला कुणी दिले?"

ती गात आहे असा भास व्हावा अशा मधुर स्वरात गायिका उत्तरली, "वर पहा."

नक्षत्रखचित नभोमंडलाकडं मी पाहिलं.

तिनं मला प्रश्न केला, "ते सप्तर्षी पाहिलेस? युगायुगांची तपश्चर्या आहे त्यांच्या पाठीशी. यांना मी गुरू केलं. भान विसरून त्यांचा दिव्य मंत्रघोष मी ऐकत राहिले. कसे कुणाला ठाऊक, पण त्या मंत्रांचे माझ्या गळ्यात सूर झाले."

सप्तर्षींना मी विनम्र वृत्तीनं विचारलं, "ऋषिवर्य, तुम्हाला मंगल मंत्र कुणी दिले?"

सातही ऋषी हसले. क्षणभरानं गंभीरवाणीनं उद्गारले, ''पृथ्वीला सांभाळणाऱ्या सप्तसमुद्रांच्या तीरावर आम्ही दीर्घकाळ तप करीत होतो. शेवटी आदिमाया आमच्यावर प्रसन्न झाली. तिनं–''

''मीही त्या सात समुद्रांच्या तीरावर जाईन, तिथं तप करीन नि सर्वत्र पसरलेल्या सौंदर्याचं रहस्य शोधून काढीन.''

सातही ऋषी पुन्हा हसले. मग वात्सल्यपूर्ण वाणीनं म्हणाले, ''वेड्या, तुला साता समुद्रांची वारी करण्याचं काय कारण आहे? तुला मनुष्य जन्म लाभला आहे. मानव हे त्या आदिशक्तीचं शेंडेफळ आहे. तुझ्या अंतरंगातच सात समुद्र आहेत. त्या समुद्रातला पाणबुड्या हो.''

✎

दै. इंद्रधनुष्य (दिवाळी), १९७१

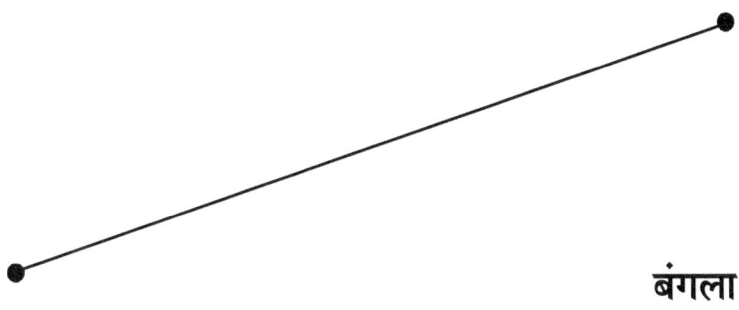

बंगला

लाकडी ठोकळे घेऊन बाळ बंगला बांधीत होता. ठोकळे नीट जुळले नाहीत म्हणजे तो हिरमुसला होई. मधेच सारे ठोकळे गुण्यागोविंदानं एकमेकांशी जुळवून घेत, चिमणा बंगला उभा राही. बाळ टाळ्या वाजवीत खोलीच्या दुसऱ्या टोकाला टेबलापाशी जमाखर्च जुळवीत बसलेल्या पित्याकडं धावत जाई आणि म्हणे, ''बाबा, बाबा, माझा बंगला बघायला चला. किती किती छान झालाय माझा बंगला.''

बापाचा हात धरून त्याला तो ओढीत नेई. डोक्यातले नफ्या-तोट्याचे आकडे विस्कटल्यामुळे बापाला थोडा राग येई, पण लगेच कौतुकाच्या लाटेत तो विरघळून जाई. बाळाच्या त्या साकार झालेल्या इवल्याशा स्वप्नाकडे पाहात तो म्हणे, ''अरे वेड्या, हा कसला आलाय बंगला. तू मोठा होईपर्यंत मी तुझ्यासाठी खूप खूप पैसे मिळवीन नि तुझ्यासाठी मोठा, सुंदर बंगला बांधीन.''

ते ऐकून बाळ टाळ्या पिटी. त्या टाळ्यांच्या आवाजातूनही कुणाचं तरी छद्मी हास्य बापाला ऐकू येई. तो इकडंतिकडं पाही. खोलीत बापलेकाशिवाय दुसरं कोणीच नसे.

त्या विचित्र हास्याचा भास त्याला लहानपणापासून होत आला होता. तो चार-पाच वर्षांचा असताना त्याची आई देवाघरी गेली. त्याचं बालमन अनामिक भीतीच्या काळ्याकुट्ट छायेत वाढलं. त्या छायेमुळेच आपल्या महत्त्वाकांक्षी मनाला भयगंडानं पछाडलेलं दुसरं मन हसत राहतं, आपल्याला जे छद्मी हास्य ऐकू येतं ते या दुसऱ्या मनाचंच बुजगावणं असतं असं त्याला नेहमी वाटे.

अनेक उन्हाळे आले आणि फलपुष्पांचा पृथ्वीवर वर्षाव करून गेले. उन्हानं तापलेल्या धरणीला शांत करीत अनेक पावसाळे आले आणि तिच्यावरून मोत्यांच्या

माळा ओवाळून टाकीत निघून गेले.

बाळ आता मोठा झाला होता. पित्यानं बांधलेल्या खऱ्याखुऱ्या बंगल्यात राहत होता. त्या सुंदर बंगल्यात साऱ्या परिवारासह पितापुत्र सुखासमाधानानं कालक्रमणा करीत होते. व्यवसायातून निवृत्त होऊन वार्धक्याचं उतरतं ऊन अंगावर घेत पिता आपल्या संसारवृक्षाला आलेला बहर पाहत होता. नातीला खेळवत होता.

मोठा झालेला बाळ ठोकळ्यांचा बंगला बांधणाऱ्या आपल्या चिमुरड्या पोरीकडं कौतुकानं पाहत राही. ठोकळे नीट जुळले नाहीत म्हणजे ती हिरमुसली होई. त्यावेळी तो मनात म्हणे, 'वेडी कुठली! माझी छकुली बड्या बंगलेवाल्या श्रीमंताचीच सून होईल.'

अचानक एक वेडी मध्यरात्र उगवली. विकट हास्य करीत, भूकंपाचे भेसूर गाणं गात, कर्णकटू भयानक ताना घेत. त्या रात्री त्या शहरातल्या जुन्या घराप्रमाणं सारे नवे बंगलेही थरथरले, हादरले, कोसळले. भयभीत माणसं अंगावरल्या वस्त्रानिशी बाहेर धावली. कशीबशी बचावली.

दुसऱ्या दिवशी सकाळी आपल्या उद्ध्वस्त बंगल्यापुढं वृद्ध पिता आणि तरुण पुत्र सुन्नपणे उभे होते.

पित्याला एकदम भास झाला– आपल्या पाठीमागं उभं राहून कुणीतरी छद्मीपणानं हसत आहे. त्याचं अंग शहारलं. याच हास्यानं त्याची बाळपणापासून पाठ पुरवली होती. त्यानं वळून पाहिलं. कुणाचाही हासभास नव्हता. पाणावलेल्या डोळ्यांनी तो पुन्हा धुळीला मिळालेल्या आपल्या वास्तूकडं पाहू लागला. त्याची दृष्टी देवघराकडं वळली. सारे देव त्या भेसूर, अस्ताव्यस्त ढिगाऱ्यात गाडले गेले होते. ते विचित्र छद्मी हास्य पुन्हा त्याला ऐकू आलं.

त्यानं कंपित स्वरानं प्रश्न केला, 'कोण आहे ते?'

त्याच्या प्रश्नाचं उत्तर आलं नाही.

रूद्रवाणी ऑक्टोबर, १९७१

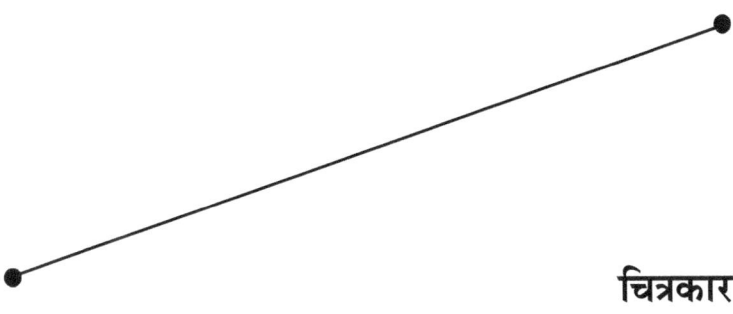

चित्रकार

त्या चित्रप्रदर्शनात अनेक चांगली चित्रं होती. पण आबालवृद्ध प्रेक्षकांची दृष्टी खिळवून ठेवणारी चित्रं होती दोनच!

त्या दोन्ही चित्रांवर चित्रकाराचं नाव नव्हतं. दोन्हींचेही त्यांच्या जनकांनी नामकरण केलं नव्हतं.

पहिल्या चित्रातल्या समुद्रकिनाऱ्यावर लाटांमागून लाटा येत होत्या. जणूकाही जलदेवता सागरतीराला गंभीर मंत्रघोषासह अभिषेक करीत होत्या! लहान मुलं त्या चित्रापाशी थबकत. आनंदानं टाळ्या पिटीत. त्या चित्रांतल्या लाटा आपल्याकडं हरणासारख्या उड्या मारीत येत आहेत असा त्यांना भास होई. तरुण जोडपी मंत्रमुग्ध होऊन त्या चित्राकडं पाहत उभी राहत आणि अवर्णनीय प्रणयक्षणांचं प्रतिबिंब अरुणोदयाच्या रक्तिम्यानं रंगलेल्या त्या लहरीत पाहत. वृद्ध स्त्रीपुरुषांना किनाऱ्यापर्यंत उसळत येऊन क्षणार्धात फुटणाऱ्या लाटांमध्ये आपल्या अनेक भग्न मनोरथांचे तुकडे दिसत. कुणालाही ऐकू न जाणारे सुस्कारे त्यांच्या मुखातून बाहेर पडत.

दुसऱ्या चित्रातही समुद्रतीराचेच एक दृश्य होते. पराभूत सैन्याप्रमाणं किनारा सोडून फार मागं गेलेलं समुद्राचं पाणी त्यात दिसत होतं. वार्धक्याच्या छायेत वावरणाऱ्या प्रेक्षकांना ते चित्र पाहून रुग्णशय्येवर पडलेल्या आणि जगाचा निरोप घेण्याच्या स्थितीत असलेल्या समवयस्कांची आठवण होई. तरुणतरुणींना ते चित्र पाहताच प्रियकर आणि प्रेयसी यांच्या सक्तीनं केलेल्या ताटातुटीचं वर्णन आठवे. लहान मुलं मात्र पहिल्या चित्राप्रमाणेच हे चित्र पाहून हर्षभरीत होत, टाळ्या पिटीत. आपल्याला आता खूप खूप शंखशिंपले वेचायला मिळणार असा भास त्यांना होई.

त्या दोन्ही चित्रांतल्या कुठल्यातरी एकाला सर्वोत्तम चित्राकरिता ठेवलेलं पारितोषिक मिळणार, अशी रसिकांची खात्री होऊन चुकली होती. मात्र त्यातल्या कुठल्या चित्राची त्यासाठी निवड होईल याविषयी कुणालाच खात्री नव्हती.

पारितोषिक जाहीर करून ते चित्रकाराला देण्याच्या दिवशी परीक्षकांचा निर्णय ऐकण्याकरिता चित्रप्रेमी आबालवृद्धांची गर्दी जमली. या गर्दीला तीन गोष्टी जाणून घेण्याची उत्कंठा होती. पहिली, त्या दोन चित्रांपैकी कोणत्या चित्राला पहिला क्रमांक मिळतो ही. दुसरी, या दोन्ही चित्रकारांची नावं आणि तिसरी त्या त्या चित्रकारानं आपापल्या चित्राला दिलेलं नाव.

श्रोत्यांची उत्कंठा शिगेला पोहोचली. तेव्हा परीक्षक मंडळाचे प्रमुख सभागृहात आले व म्हणाले, ''अजूनही दोन चित्रांत पहिला क्रमांक कोणाला द्यायचा याविषयी आमचे एकमत होत नाही. म्हणून त्या दोन्ही चित्रांना आम्ही पहिला क्रमांक देत आहोत. या दोन चित्रांपैकी एक आहे उष:कालच्या वेळच्या समुद्राच्या भरतीचे आणि दुसरे आहे तिन्हीसांजेच्या वेळच्या समुद्राच्या ओहोटीचं. ही दोन्ही चित्रं एकाच चित्रकारानं काढली आहेत. त्याने इथे येऊन पारितोषिक स्वीकारावं अशी आम्ही त्याला विनंती केली होती. पण तो अज्ञात राहू इच्छितो. त्यानं फक्त आमच्या विनंतीपैकी एकच गोष्ट मान्य करून उत्तर दिलं आहे. ती गोष्ट म्हणजे ह्या दोन्ही चित्रांची नावे. या दोन्ही चित्रांना त्यानं एकच नाव दिलं आहे- 'जीवन'!''

श्री दीपलक्ष्मी (दिवाळी), १९७२

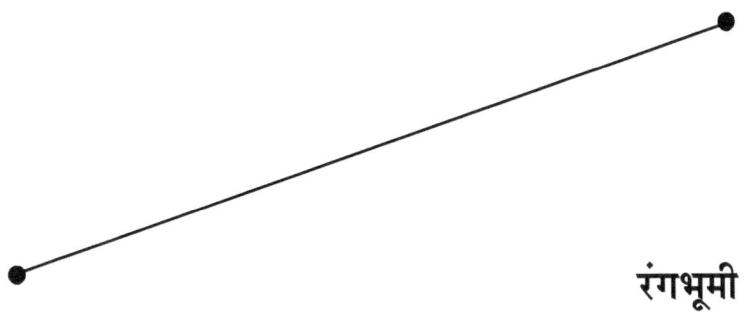

रंगभूमी

"नको, नको-"

चिंचोळ्या, अंधाऱ्या कक्षेतून रडका आवाज आला.

"अरे वेड्या, असं काय करतोस?"

"भय वाटतंय मला."

"कशाचं?"

"हा उजेड- सारखे डोळे दिपताहेत माझे- आंधळा होईन मी."

प्रथम वत्सल हास्य आणि त्यामागून धीर देणारा स्वर, "अरे, तो तर या सुंदर रंगभूमीवरला एक दिवा आहे. मी गमतीनं या साऱ्या दिव्यांनासुद्धा नावं ठेवली आहेत. या दिव्याचं नाव सूर्य!"

"पण- पण मला जायचं नाही तिथं. भय वाटतंय मला. नको- नको- मला असं पुढं ढकलू नकोस. मी इथंच बरा आहे या काळोखात."

त्या फिरत्या रंगमंचावर आपण केव्हा आलो हे त्याला कळलंच नाही.

डोळ्यांच्या पापण्यांची उघडझाप व्हावी तशी त्या रंगमंचावरली दृश्यं बदलत होती. या क्षणी क्रीडा करणारी बालकं, पुढल्या क्षणी पाठशाळेतल्या अध्ययनात निमग्न होत होती. आता बाहुलीशी लडिवाळपणानं खेळणारी परकरी पोर लगेच नववधू होऊन भरलेल्या डोळ्यांनी एका प्रिय जगाचा निरोप घेत होती.

या आणि अशा दृश्यात तो भ्रमत, रमत-गमत राहिला.

दृश्यामागून दृश्यं बदलत होती. या रंगभूमीवर रागलोभांचे अनेक आविष्कार प्रकट होत होते. सुखदुःखाचे विविध क्षण गवताच्या पात्यावर पडलेल्या दवबिंदूप्रमाणं चमकून अदृश्य होत होते. मादक शृंगारापासून भयानक बीभत्सापर्यंत सारे रस फेर धरून नर्तन करीत होते. अधूनमधून त्या नृत्याचं तांडवात रूपांतर होत होतं.

पाण्यात माशानं खेळत राहावं तसा तो रंगमंचावरल्या या साऱ्या प्रसंगात गुंग होऊन गेला.

एकदम आपणाला कुणीतरी मागं ओढीत आहे असा त्याला भास झाला. तो चिडून चित्कारला, ''नको- नको- मला इथंच राहू दे.''

आपणाला कुणीतरी मागं ओढीत आहे अशी आता त्याची खात्री झाली. खाटिकखान्याकडं नेल्या जाणाऱ्या कोकरासारखा तो किंचाळला. पण त्याला मागं ओढणाऱ्या शक्तीला त्या किंचाळण्याचं काहीच वाटत नाही.

त्याचक्षणी त्याला वत्सल हास्य ऐकू आलं. त्या हास्याच्या मागोमाग धीर देणारे शब्द, ''अरे वेड्या, किती थकला आहेस तू, तुला ते कळत नाही?''

''पण मला-''

''आठवतं का तुला, कक्षेतल्या काळोखातच राहायची इच्छा होती तुझी. तिथंच नेतोय मी तुला.''

नालंदा, जानेवारी, १९७३

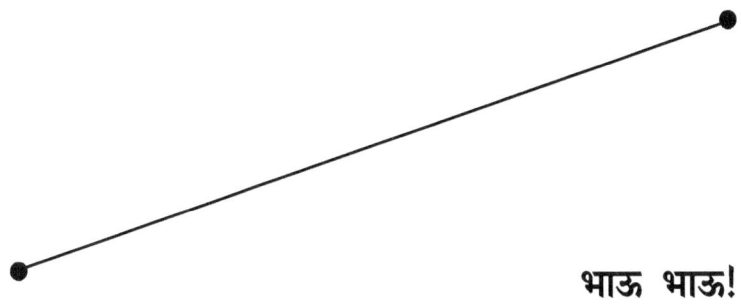

भाऊ भाऊ!

न भूतो न भविष्यती असे ते भीषण वादळ एकदाचं संपलं.

जिकडं-तिकडं स्मशानशांतता पसरली.

काही क्षणांनी कुणाचं तरी कण्हणं- मग अडखळत आलेले शब्द- ''मी- मी कुठं आहे?''

पुन्हा कण्हण्याचा आर्त ध्वनी. जवळूनच एक धीरगंभीर आवाज आला, ''कोण कण्हतंय?''

''मी- मी- सुखानं झाडावर राहणारा एक पोपट. पण- आता- आता मी आहे मरणाच्या दारी पडलेलं एक पाखरू. या वादळानं-''

कण्हत कण्हत त्यानं विचारलं, ''तू कोण आहेस?''

'मी आहे एक गरुड. वादळ सुरू झाल्यावर काळ्याकुट्ट ढगांनी सूर्याला ग्रासून टाकलं. ते काळे ढग आपल्या चोचीनं फाडून टाकावेत म्हणून मी वर उड्डाण केलं. वादळवारे वाहत होते. विजा अंगावर धावून येत होत्या. त्यातल्या एका विजेनं माझ्या पंखांचा लोळागोळा केला.''

''आपण दोघे भाऊ-भाऊ आहोत. मी पोपट. तू गरुड. दोघंही पक्षी. दोघंही समदुःखी. दोघांनाही या भयंकर वादळानं मरणाच्या दारी आणून ठेवलंय.''

कितीतरी वेळ कुणीच काही बोललं नाही. पोपटाचं कण्हणं सारखं ऐकू येत होतं. गरुडाच्या तोंडातून मात्र वेदनेचा चीत्कार निघत नव्हता.

खोल गेलेल्या आवाजानं पोपट म्हणाला, ''माझ्याबरोबर झाडावर राहणारा दुसरा एक पोपट होता. एके दिवशी त्याला भिल्लाच्या पोरांनी पकडलं. शहरातल्या बाजारात नेऊन त्यांनी त्याला विकलं असेल. एखाद्या श्रीमंतानं त्याला विकत घेतलं असेल. आज तो सुखानं त्या धनिकाच्या वाड्यात सुरेख पिंजऱ्यात डाळिंबाचे दाणे खात बसला असेल.

''नि- मी मात्र- मी मात्र- देवा, पुढल्या जन्मी मला झाडावरला स्वतंत्र पोपट करू नकोस. पिंजऱ्यातल्या पोपटाचा जन्म मला दे.''

हे शब्द कानी पडताच आसन्नमरण झालेल्या गरुडानं एक मोठा सुस्कारा सोडला. मग तो पुटपुटला, ''देवा, पुढल्या जन्मी माझ्या पंखांना अधिक बळ दे.''

स्नेहश्री, जानेवारी, १९७३

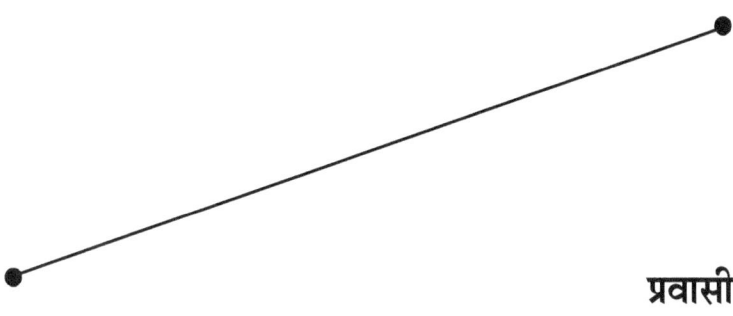

प्रवासी

हाश-हुश्श करीत ते चौघे प्रवासी एका वृक्षाच्या विरळ छायेत उभे राहिले. त्यांचे गुडघ्यापर्यंतचे पाय धुळीनं भरले होते. चेहरे घामेजले होते, कोमेजले होते.

सूर्य मावळतीकडं कलला असला तरी सूर्यास्ताला अजून बराच अवकाश होता. समोर दिसणाऱ्या उंच उघड्या-बोडक्या डोंगराच्या पलीकडं एक छोटं गाव आहे, ही माहिती त्यांना मागचं गाव सोडताना मिळाली होती. ते गाव केव्हा गाठतो असं त्या चौघांनाही झालं असावं!

आपला घामेजलेला चेहरा पुशीत पहिला उद्गारला, "छे! थकलो बाबा! दररोज सकाळी उठायचं नि पुढं चालू लागायचं. समुद्राची गाज कानी येईपर्यंत असं रखडत राह्यचं. तो समुद्र किती दूर आहे, कुणाला ठाऊक!"

दुसऱ्याचा घसा कोरडा पडला होता. तो अस्पष्ट शब्दांत पुटपुटला, "आपण कुठून निघालो हेसुद्धा आता धड आठवत नाही. चाल चाल चालायची ही शिक्षा आणखी किती काळ भोगायची आपण? त्यापेक्षा-"

पहिला चिडक्या आवाजात म्हणाला, "त्यापेक्षा या झाडाच्या फांदीला एक बळकट दोरी बांधावी नि गळफास लावून घेऊन या साऱ्या कटकटीतून मोकळं व्हावं असं मनात येतं माझ्या. चाल चाल चालून आमच्या पदरात काय पडणार आहे?"

समोरच्या डोंगराकडं बोट दाखवीत तिसरा उत्तेजित स्वरात उद्गारला, "गड्यांनो, प्रवासात त्रास अटळ आहे. पण त्या त्रासाबरोबर आनंदही पुष्कळ असतो. नवी माणसं भेटतात, नवे देखावे दिसतात."

पहिला मधेच बोलला, "काय देखावे दिसतात पण! या समोरच्या डोंगरासारखेच ना!"

चौथा आतापर्यंत स्वस्थ होता. अधूनमधून येऊ लागलेल्या गार वाऱ्याच्या झुळकांनी त्याचं शरीर सुखावलं होतं. तो उद्गारला, "या डोंगरातही काही पाहण्यासारखं असेल, नाही कुणी म्हणावं."

पहिल्याला आता आपला राग आवरता येईना. त्या डोंगराकडं पाहून हातवारे करीत कर्कश स्वरानं तो चीत्कारला, ''तुमच्या त्या परमेश्वरानं या डोंगराचा अगदी गोटा केलेला दिसतोय. या हजामतीचं कौतुक काय करायचं?''

चौथा त्याच्याकडं पाहून नुसता हसला. मात्र दुसरा पुटपुटला, ''दुरून डोंगर साजरे, बाबा दुरून डोंगर साजरे!''

काळोख पडण्यापूर्वी गाव गाठलं पाहिजे म्हणून चौघे चालू लागले. डोंगराला वळसा घालून वाट गावाकडं जात असावी. त्या वळणापाशी येताच तिसरा व चौथा नकळत थबकले.

तिसरा म्हणाला, ''अजून अंधार पडायला वेळ आहे. हा डोंगर जरा चढून पाहू या की.'' चौथ्यानं त्याला मानेनं होकार दर्शवला. अगदी त्याच्या मनातलंच तिसरा बोलला होता.

पहिल्या दोघांनी दुसऱ्या दोघांना कोपरापासून हात जोडले. पहिला उपहासानं उद्गारला, ''मार्को पोलो, ह्यू-एन-त्संग वगैरे सारी मंडळी रद्द आहेत तुमच्यापुढं! झाडाचं पानसुद्धा नसलेला हा डोंगर तुमचा तुम्हालाच लखलाभ होवो. कोलंबसाच्या आधी तुम्ही जन्माला आला असता तर अमेरिकेचा शोध लावण्याचं श्रेय तुम्हालाच मिळालं असतं!''

दुसरा पुटपुटला, ''आम्ही जातो. पुढं वाटेवर जे पहिलं देऊळ लागेल तिथं पथारी टाकतो. तुम्ही खुशाल हवे तेव्हा या!''

पहिले दोघे रखडत रखडत चालू लागले. दुसरे दोघे डोंगराकडं वळले. डोंगराच्या पायथ्याशी येताच त्यांना एक मळलेली पाऊलवाट दिसू लागली. त्या वाटेनं ते हळूहळू डोंगर चढू लागले. मधेच या वाटेला दुसरा एक अस्पष्ट फाटा फुटल्यासारखा वाटला. चौथा म्हणाला, ''या दुसऱ्या वाटेनं पुढं जाऊ या आपण.''

त्याचा जोडीदार उत्तरला, ''अरे, आपण ज्या वाटेनं जातोय ती धनगरांची पाऊलवाट असावी. ती निश्चित डोंगरापलीकडं जात असेल. या दुसऱ्या वाटेचा नेम नाही काही. कदाचित ती कुठंच जात नसेल. या दुसऱ्या वाटेनं माणसं जात-येत असती तर त्याच्या पावलांनी ती अधिक स्पष्ट झाली नसती का?''

चौथा आपला हट्ट सोडेना, तेव्हा तिसरा त्याला म्हणाला, ''मी हा डोंगर चढतो. अज्ञानाचा शोध लावायचं काम तुझ्याकडं. मात्र कितीही वेळ लागला तरी या ठिकाणी जो आधी परत येईल त्यानं दुसऱ्याची वाट पाहत उभं राह्यचं. अंधार पडला असला तर अधूनमधून कुकारा घालायचा, म्हणजे वाट चुकलेल्याला त्याचा इशारा मिळेल.''

रात्रीचा पहिला प्रहर टळून गेला. देवळात पथाऱ्या टाकून पडलेले पहिले दोघे डोंगर पाह्यला गेलेल्या मित्रांची वाट पाहून थकले. त्यांच्या मनात शंकाकुशंका चुकचुकू लागल्या. या डोंगरावर एखादं वाघरू असलं तर, अंधारात एखाद्याचा पाय सापावर पडून तो त्याला चावला तर?

मनातल्या या पालीचं अस्तित्व विसरण्याकरता ते दोघे जेवून आलेल्या खानावळीविषयी बोलू लागले. तृप्तीची ढेकर देत पहिला म्हणाला, ''खानावळीत इतकं सुग्रास अन्न मिळतं हा अनुभव आयुष्यात पहिल्यांदाच आला बोवा! पुढल्या प्रवासात अशाच खानावळी मिळणार असतील तर- तर समुद्रापर्यंतच काय, पण त्याच्याही पलीकडं जायला एका पायावर तयार आहो आपण!''

दुसऱ्यानं त्याच्या सुरात सूर मिळविला, ''नि ती वाढणारी फक्कड पोरगी- अशा पोरी जर पुढल्या प्रवासात जागोजाग दिसणार असतील तर- तर समुद्रापर्यंतच काय, पण समुद्राच्या तळाशी जायलासुद्धा ना नाही आपली!''

पुन:पुन्हा यांच्या गप्पा या दोन गोष्टींभोवतीच रेंगाळत होत्या. इतक्यात तिसरा व चौथा देवळात आले. त्यांच्याकडं पाहत पहिला म्हणाला, ''दोस्त, आज काय मस्त गरम गरम जेवण मिळालं म्हणता! तुमच्या नशिबी नाही ते. आता खानावळीचं दारसुद्धा बंद झालं असेल!''

दुसरा मिस्कीलपणानं हसत तोंडातल्या तोंडात बोलला, ''नि वाढायला कोण ठाऊक आहे का? प्रति उर्वशी-! असं मारू पाखरू त्या उघड्याबोडक्या डोंगरावर उभ्या जन्मात तुम्हाला दिसणार नाही.''

त्या दोघांनी त्या दोघांचं बोलणं ऐकलं न ऐकल्यासारखं केलं. या दोघांच्याही डोळ्यांत सात्त्विक धुंदी दिसत होती. पहाटेच्या अंधूक प्रकाशासारखी! आपल्या रिकाम्या पोटांचा, दुखणाऱ्या पावलांचा; किंबहुना भोवतालच्या साऱ्या जगाचा त्यांना विसर पडला असावा.

डोळे मिटून स्वर लावणाऱ्या एखाद्या गायकाप्रमाणं तिसरा बोलू लागला, ''त्या डोंगरावरनं दिसणारा सूर्यास्त किती सुंदर होता. जणू देव-देवतांची बालकं संध्येच्या पटांगणात रंगपंचमी खेळत होती. ते सारे रंग- केशरी, शेंदरी, अंजिरी, रुपेरी, सोनेरी- आता आयुष्यभर माझी सोबत करतील. पुढल्या प्रवासात पाय धुळीनं माखले, चालूनचालून रक्तबंबाळ झाले म्हणजे मी हे सारे रंग आठवत राहीन. सारा शीण सहज विसरून जाईन.''

बोलता बोलता तो थांबला. त्याचे डोळे मिटले. त्याचं मन त्या सुंदर रंगांच्या समुद्रातले मोत्यांचे शिंपले शोधण्यात दंग झालं असावं.

चौथा दिव्य तंद्रीतून जागृत होणाऱ्या माणसासारखा भासला होता. तो सांगू लागला, ''त्या डोंगराच्या एका कोपऱ्यात एक गुहा आहे. तिच्यापर्यंत मी जाऊन

पोहोचलो. आत किर्र काळोख होता. एखाद्या खोलखोल डोहासारखी वाटली ती मला. पहिल्यांदा तिचं भय वाटलं. मग मनात आलं- पूर्वी मुचकुंदासारख्या ऋषीनं इथं बसून तपश्चर्या केली असेल, परमेश्वर त्याला प्रसन्न झाला असेल.'' किंचित थांबून तो पुढं सांगू लागला.

''त्या गुहेतला गारवा आईच्या मायेनं मला बोलावीत होता. मी आत गेलो. त्या काळोखानं आणि गारव्यानं मला डुलकी येऊ लागली. शिणलेलं शरीर घटकाभर धरणीवर टाकावं असं मला वाटलं. पण झापड येतायेता मनात आलं, या गुहेत एखादा काळसर्प असला तर- पण डोळ्यांवर उतरू लागलेली झापड जबरदस्त होती. हा हा म्हणता मला गाढ झोप लागली.

''मला एक स्वप्न पडलं. त्या स्वप्नात यमुनेच्या डोहात कालियाच्या मस्तकावर पाय देऊन मुरली वाजवणारा श्रीकृष्ण मला दिसला. त्या मुरलीचे गोड सूर- पुढल्याच क्षणी त्या मुरलीतून समुद्राच्या लाटांचा गंभीर घोष कानावर पडला. लगेच श्रीकृष्णाचं पुन्हा दर्शन झालं. तो आता वृद्ध झालेला होता. अरण्यातल्या एका वृक्षाच्या बुंध्याला टेकून गुडघ्यावर गुडघा ठेवून डोळे मिटून बसलेला, प्रसन्न मुद्रेचा वृद्ध श्रीकृष्ण. कालिया आता पारधी झाला होता. त्याची शेपटी व्याघ्राच्या हातातल्या बाणासारखी दिसत होती. तो बाण श्रीकृष्णाच्या पावलाच्या तळव्याला लागला. ते पवित्र रक्त- त्यातून पुन्हा मुरलीचे सूर ऐकू आले. ते सूर मिसळत होते समुद्राच्या गर्जनेत.''

हे ऐकता ऐकता तिसऱ्याचे डोळे विलक्षण आनंदानं चमकले. तो चौथ्याला म्हणाला, ''मी पाहिलेल्या संध्यारंगांनी तुझं हे स्वप्न जर मला एखाद्या चित्रफलकावर चितारता आलं-''

पहिल्या दोघांनी डोळे मिचकावीत परस्परांकडं पाहिलं. मग मिस्कील हास्य करीत आणि आळोखेपिळोखे देत पहिला दुसऱ्याला म्हणाला, ''सुग्रास अन्नानंतर फक्कड झोप हवी. या वायफळ गप्पा आता पुरेत.''

दुसरा उद्‌गारला, ''कसं रास्त बोललास. मलाही आता झोप लागल्यावर एक सुंदर स्वप्न पडेल. त्यात ती खानावळीतली मस्त पोरगी येईल-''

पहिले दोघे हा हा म्हणता झोपी गेले. तिसरा व चौथा गाभाऱ्यातल्या नंदादीपाच्या प्रकाशात अंधूकपणे दिसणाऱ्या राधा-कृष्णांच्या मूर्तीकडं पाहत बसून राहिले.

स्वराज (लघुकथा विशेषांक) १२ मे, १९७३

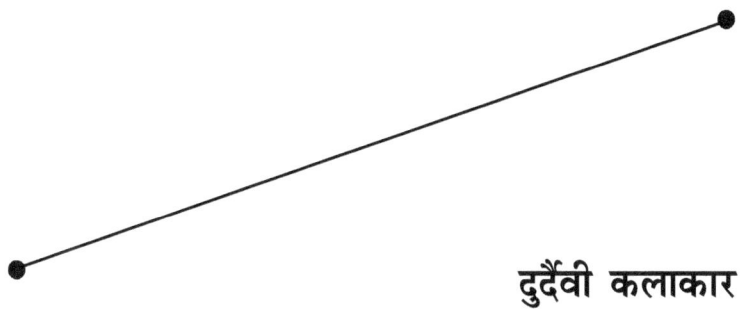

दुर्दैवी कलाकार

बालपणापासून तो जगातलं दैन्य, दु:ख आणि दारिद्र्य पाहत आला होता. तो मोठा झाला तसतसं ते कसं कमी करता येईल? या चिंतेनं तो अधिक अधिक व्याकूळ होऊ लागला.

त्यानं घरदार सोडलं, नगर सोडलं, राज्य सोडलं, सारी लोकवस्ती मागं टाकली. रानावनात गुरूचा शोध करीत तो फिरू लागला. प्रत्येक गुरूनं जी जी साधना त्याला सांगितली ती ती त्यानं केली. पण जगातलं दु:ख कमी करण्याची सिद्धी कोणताही गुरू त्याला देऊ शकला नाही.

शेवटी तो एका उत्तुंग पर्वत शिखरावर चढला आणि आकाशाकडं शून्य दृष्टीनं पाहत अश्रू ढाळू लागला. त्याची तळमळ आणि तपश्चर्या पाहून प्रसन्न झालेला परमेश्वर त्याच्या पुढं उभा राहिला आणि त्याचे अश्रू पुशीत त्यानं प्रश्न केला, ''वत्सा, शरीर कशासाठी इतकं शिणवलंस? काय हवंय तुला? महाकवीची कीर्ती? महासम्राटाची सत्ता? उर्वशीसारखी लावण्यवती-''

त्यानं आवेशानं नकारार्थी मान हलवली.

''कुबेराचं ऐश्वर्य?''

''छे!''

''ध्रुवासारखं अढळपद?''

''अं- हं'' तो पुटपुटला.

परमेश्वराला त्याच्या या नकारांचा अर्थ नीट उमजेना. बहुतेक थोर तपस्वी अशा प्रकारच्या कुठल्या ना कुठल्या ध्यासानं तप:साधना करतात असा त्याचा अनुभव होता. त्यानं थंड आणि अनुत्सुक स्वरात विचारलं, ''मग हवंय तरी काय तुला?''

''जगातलं दैन्य, दु:ख आणि दारिद्र्य कमी व्हावं एवढीच इच्छा आहे माझी. ती कमी करण्याचं साधन-''

परमेश्वर उदासपणे हसला आणि म्हणाला, ''ते साधन माणसाच्याच हातात आहे.''

चकित होऊन तपस्व्यानं विचारलं,

''माणसाच्या?''

''हो- अचेतन सृष्टीला आणि पशूपक्ष्यासारख्या सचेतन सृष्टीला न दिलेल्या देणग्या मी माणसाला दिल्या आहेत. साधनांचं सारं भांडार त्याला देऊन मी कंगाल झालो आहे!''

तो परत लोकवस्तीत आला. राज्याराज्यातून भ्रमंती करत लोकांना उपदेश करू लागला. रसाळ वाणी, मार्मिक दृष्टान्त आणि अंतरीची तळमळ यामुळे त्याच्या प्रवचनांना आबालवृद्धांच्या झुंडीच्या झुंडी लोटू लागल्या.

ग्रीष्मातल्या कडक उन्हानं तप्त झालेल्या धरित्रीनं वळवाच्या सरीचे टपोरे थेंब आतुरतेनं ग्रहण करावेत तसे त्याचे श्रोते त्याच्या उपदेशाला माना डोलावीत. तापलेल्या भूमीच्या अंतरंगातून पहिल्या पावसाच्या स्पर्शानं सुगंध बाहेर पडावा तसं त्यांच्या मुद्रांवर प्रवचनं ऐकता ऐकता मोठं प्रसन्न स्मित प्रकट होई. आपल्याला मिळणारा हा प्रतिसाद पाहून तो संतुष्ट झाला. उन्हा-पावसाची, थंडी-वाऱ्याची, थकण्याची कशाचीही पर्वा न करता तो सर्व देशभर परिभ्रमण करण्यात रमला.

एका राज्याच्या राजधानीत महिनाभर त्याची प्रवचनं चालली. 'सर्व माणसं ईश्वराची लेकरं आहेत, त्याच्या लेखी ती समान आहेत,' या सूत्राच्या भोवती ही प्रवचनं गुंफलेली होती.

शेवटचं प्रवचन संपलं. पंच पंच उष:काली उठून पुढल्या प्रवासाला प्रारंभ करायचा होता. रात्रीचा काळोख क्षणाक्षणाला वाढत होता. थोडा फलाहार करून त्यानं मृगाजिनावर अंग टाकलं, तोच त्याचा एक शिष्य धावत आत आला. 'नगरशेठांची पत्नी महाराजांच्या दर्शनार्थ आली आहे,' असं त्यानं सांगितलं.

उंची वस्त्रं आणि हिऱ्यामोत्यांचे अलंकार ल्यालेली, तिशी-पस्तिशीतील एक लावण्यवती आत आली. तिनं त्यांच्या चरणांना स्पर्श केला आणि अधोमुख होऊन ती उभी राहिली. तो काहीच बोलत नाही असे पाहून आर्जवी स्वरानं ती उद्गारली, ''महाराज, आपली सारी प्रवचनं मी ऐकली. परम पवित्र गंगाजलात स्नान केल्याचा आनंद तीस दिवस मी लुटला. आपल्याकडं एक साधं मागणं मागायला मी आलेय.''

त्यानं प्रश्न केला, ''काय हवंय तुला?''

ती कंपित स्वरात म्हणाली, ''माझ्या पोटी अजून वंशाचा अंकुर जन्माला आलेला नाही. माझं मन एखाद्या उजाड माळरानाप्रमाणं झालं आहे. आपल्या आशीर्वादानं मला पुत्रलाभ व्हावा एवढीच-''

तो हसत म्हणाला, ''या जगात पुत्रलाभ इतका कठीण आहे? कुणी सांगितलं हे तुला?''

तपस्वी आपल्यावर प्रसन्न झाला अशा कल्पनेनं ती आनंदित होऊन म्हणाली, ''महाराज सांगाल ती सेवा मी करीन. पण मला मुलगा-''

तो शांतपणे उत्तरला, ''दुर्दैवानं या जगात अनेक अनाथ अर्भकं आहेत. त्यातला कोणताही मुलगा- अगदी तुला हवा तो- तू आपलासा करू शकशील. तुझं रितं पडलेलं मातृहृदय वात्सल्यानं भरून जाईल.''

ती खट्टू होऊन गेली. मनातल्या मनात चडफडू लागली. क्षणभरानं आपला राग आवरून ती म्हणाली, ''माझ्या रक्तामांसाचं मूल हवंय मला!''

तो हसत उद्गारला, ''जगातल्या साऱ्या माणसांचं रक्तमांस एकाच प्रकारचं असतं. एकाच ईश्वरानं ते निर्माण केलं आहे.''

तो एकदम बोलायचा थांबला. कितीतरी वेळ ती त्याच्यापुढं उभी होती. पण तो एखाद्या पाषाणाच्या प्रतिमेप्रमाणं डोळे मिटून स्वस्थ बसला होता. शेवटी ती कंटाळून निघून गेली.

एक दीर्घ सुस्कारा सोडून तो विचार करू लागला.

तो नगरामागून नगरं मागं टाकीत चालला. शतमुखांनी सागराला मिळणाऱ्या गंगेप्रमाणं त्याच्या वाणीचा प्रवाह समाजाच्या सर्व थरांना भिजवीत राहिला.

त्याच्या प्रवचनांना सतत गर्दी होत होती. तीर्थप्रसाद घ्यावा त्याप्रमाणं सर्वत्र जनसमुदाय त्याचा उपदेश, आदरानं श्रवण करीत होता. असं असताही त्याची मुद्रा दिवसेंदिवस अधिक संचित होत गेली. वद्य पक्षातल्या काळोखाच्या घटका वाढत जाव्यात तशी.

ज्वालामुखीच्या अंतरंगात अग्निरस उकळत असावा तशी त्याची मन:स्थिती झाली. लोक त्याचा उपदेश शांतचित्तानं ऐकत. त्याच्यापुढं मस्तक नम्र करीत. त्याच्या चरणस्पर्शात धन्यता मानीत. पण प्रवचनं संपल्यानंतर जी नाना प्रकारची माणसं त्याला एकांतात भेटून जात त्यांच्या इच्छा ऐकता ऐकता आपला उपदेश हे मृगजळ शिंपून वाढवलेल्या कल्पवृक्षाचे पुष्प आहे, या टोचणीनं तो अत्यंत अस्वस्थ होऊ लागला. त्याची निद्रा नाहीशी झाली. भरमध्यरात्री मृगाजिनावरून उठून तो पर्णकुटीबाहेर येई. आकाशातल्या लक्षावधी तारकांकडं पाहत राही. त्या पाहून त्याच्या मनात येई, 'ज्याला बुद्धी आणि भावना या दोन अद्भुत देणग्या आपण दिल्या त्या मानवाची विकारवशता आणि स्वार्थपरायणता पाहून परमेश्वराच्या डोळ्यात दररोज उभे राहणारे हे अश्रू तर नसतील ना!'

ही कल्पना मनात येण्यासारखेच दाहक अनुभव त्याला जागोजाग मिळत होते. एका नगरात त्याचं प्रवचन संपल्यावर एक धनाढ्य व्यापारी त्याला एकांतात

भेटायला आला. त्यानं त्याला हात जोडून विनंती केली, "माझ्या प्रतिस्पर्ध्याचं गलबत दूर देशाहून फार मौल्यवान माल घेऊन येत आहे. महाराज, आपल्या अलौकिक शक्तीनं आपण समुद्रावर भयंकर वादळ उठवलंत आणि त्या गलबताला जलसमाधी दिलीत तर आपण सांगाल त्या ठिकाणी, म्हणाल त्या देवतेचं भव्य मंदिर मी उभारून देईन."

एक ना दोन असे सहस्रावधी अनुभव रात्रंदिवस त्याचं मन कुरतडून टाकू लागले. त्याची मन:स्थिती शरपंजरी पडल्यासारखी झाली. कामक्रोधांची, लोभ-मोहांची आणि मदमत्सरांची नानाविध नग्न आणि भयानक रूपं या अनुभवातून त्याच्यापुढं मूर्तिमंत उभी राहत आणि स्मशानातल्या भूत-पिशाच्चाप्रमाणं त्याला वाकुल्या दाखवित. त्याला राहून राहून वाटे, एका अत्यंत वेगानं धावणाऱ्या घोड्याला मध पाजावं, त्याच्यावर अंधळा मनुष्य बसवावा आणि तो घोडा स्वैर सोडून द्यावा तसं काहीतरी मनुष्याच्या मनाचं झालं आहे. या अंधळ्याला दृष्टिलाभ कसा करून द्यायचा? त्याच्या हातात द्यायचा लगाम आणि चाबूक कुठून आणायचे?

त्याच्या या मानसिक अस्वस्थतेचा एका अमावास्येच्या मध्यरात्री अचानक स्फोट झाला. ज्या नगरीत त्याची प्रवचनं सुरू होती तिथल्या राजानं त्याला एकांतात भेटण्याची इच्छा दर्शविली. तो राजा काही वर्षांपूर्वी शेजारच्या बलाढ्य राजाकडून पराभूत झाला होता, हे त्यानं ऐकलं होतं.

संभाषणाला प्रारंभ होताच राजाच्या मनाला बरं वाटावं म्हणून तो म्हणाला, "राजा, रणांगणावरले जय आणि पराजय हे अल्पकाळ टिकतात. शहाण्या माणसानं ते कधी मनाला लावून घेऊ नयेत. या पृथ्वीतलावर चाललेलं खरं महायुद्ध एकच आहे. हा संग्राम घडत असतो माणसाच्या मनात. एका बाजूला विकारी मन आणि दुसऱ्या बाजूला विवेकी मन याची ती लढाई असते. पराभूत होऊनही तू विवेकाचा आश्रय केलास याबद्दल तुला धन्यवाद! मी स्वत: तुझ्या भेटीला येऊन हे सांगायला हवं होतं, पण-"

त्याला पुढं बोलू न देता राजा हात जोडून म्हणाला, "महाराज, मी आपला दासानुदास आहे. माझी एकच इच्छा आहे, आपलं सर्व तप:सामर्थ्य-"

"मी तुझ्या प्रजेचं दु:ख हलकं करण्याच्या कामी वापरावं एवढीच तुझ्यासारख्या कनवाळू राजाची इच्छा असणार!"

राजाचा मृदू स्वर पालटला. तो मधेच उद्‌गारला, "छे! छे! माझ्या प्रजेच्या सुखदु:खाशी सध्या मला काही कर्तव्य नाही. रणांगणावर झालेल्या माझ्या अपमानाची भरपाई कशी करता येईल? शत्रूच्या नरडीचा घोट मला कसा घेता येईल? विजयानं उन्मत्त झालेल्या शत्रूच्या राज्यातल्या लोकांच्या घरादारावरून गाढवांचे नांगर कसे फिरतील-"

तो मधेच बोलला, ''काय अभद्र बोलतोहेस हे तू राजा! तुझ्या राज्यातील प्रजा नि शेजारच्या राज्यातील प्रजा- सारी प्रजा इथून तिथून सारखीच! राजा आणि रंक ही दोघेही शेवटी माणसंच! त्यांची मूलभूत सुखदु:खं निरनिराळी नसतात काही. त्यांची दु:खं हलकी करावीत म्हणून मी-''

राजा आवेशानं तारस्वरात उद्‌गारला, ''तुम्ही माझ्या राज्यात आहात मुनिवर्य. तुमचं सारं तप मला विजय मिळवून देण्याच्या कामी खर्ची पडलं पाहिजे! हे तुम्ही मान्य करणार असाल तर राजगुरूपदावर तुमची स्थापना होईल. मात्र तुम्हाला हे मान्य नसेल तर माझ्या राज्यातल्या कुठल्याही अंधारकोठडीचं दार आतापासून चार प्रहरांनी तुमच्यासाठी उघडलं जाईल. नीट विचार करा. उद्या मध्यरात्री मला तुमचं उत्तर मिळायला हवं.''

भेटायला आलेल्या एका साध्यासुध्या बैराग्याचं सोंग घेऊन, राजानं बसविलेल्या पहारेकऱ्यांच्या हातावर त्यानं तुरी दिल्या. ते राज्य सोडून तो दूर दूर जाऊ लागला. पण त्याच्या मनात सुरू झालेल्या चक्रीवादळानं आता अधिक वेग घेतला. परमेश्वरानं त्याला सांगितलं होतं, 'माणसाचं दु:ख कमी करणं माणसाच्या हाती आहे.' पण त्याचा अनुभव काही निराळंच सांगत होता.

निराशेनं आणि वैफल्यानं ग्रस्त झालेलं आपलं मस्तक फुटणार तर नाही ना, असं त्याला वाटू लागलं. अंतर्वेदना असह्य होऊन राज्यामागून राज्य त्यानं मागं टाकली. शेवटी सारी लोकवस्ती दूर राहिली. ज्या पर्वत-शिखरावर परमेश्वर त्याला भेटला होता ते त्यानं जड पावलानं गाठलं.

समोर अफाट, भयाण दरी पसरली होती. त्याला वाटलं- आपल्या मनातली ही पोकळी या दरीहूनही अधिक मोठी, अधिक खोल आहे. या दरीतल्या व्याघ्रसर्पांहूनही अधिक भयंकर प्राण्यांनी भरली आहे ती. आपल्या साऱ्या अंतर्वेदना शांत व्हायच्या असतील तर त्याला एकच मार्ग मोकळा आहे. या शिखरावरून आपला दुर्दैवी देह खाली लोटून द्यायचा! मग सारं कसं शांत होईल.

तो शिखरावरून खाली उडी टाकणार तोच त्याचा हात कुणीतरी धरला. तो हात कापत होता. त्यानं झटकन मागं वळून पाहिलं. क्षणभर तो गोंधळला. मग त्याच्या लक्षात आलं, आपल्यापुढं साक्षात परमेश्वरच उभा आहे. पण त्या पहिल्या भेटीपेक्षा तो आज अधिक वृद्ध दिसू लागला आहे. त्याचा चेहरा कसा आता ओढल्यासारखा झाला आहे. त्याच्या डोळ्यांभोवतालची काळी वर्तुळंही मोठी भयानक दिसत आहेत. गडद अंधारात दोन काजव्यांनी लुकलुकावं तसे आता त्याचे स्नेहशील डोळे भासत आहेत. त्याच्याशी काय बोलावं हे त्याला कळेना.

कापऱ्या आवाजात परमेश्वर त्याला म्हणाला, ''वत्सा, असा आत्मघात

करण्यापूर्वी माझी करुण कहाणी ऐक नि मग तुला आत्मघाताचा निर्णय योग्य वाटला तर तुझं हे शरीर या दरीत खुशाल फेकून दे. मी हे सारं जग निर्माण केलं! प्रथम मी जडसृष्टी घडविली. ती अगदी माझ्या मनासारखी झाली. माझ्यातल्या कलाकाराची नवनिर्मितीची इच्छा उफाळून वर आली. मी सचेतन सृष्टी घडविली. वृक्षवेली, पशुपक्षी सारं चित्रविचित्र मनोहर आणि भयंकर जग मी निर्माण केलं. आज फुलपाखरू तर उद्या गरुड, आज ससा तर उद्या सिंह, आज जाईची वेल तर उद्या देवदार वृक्ष. ही सारी सृष्टी मी घालून दिलेल्या नियमाप्रमाणं वागू लागली. पण या निर्मितीनंही माझं समाधान झालं नाही. मला वाटू लागलं, मी केवळ कळसूत्री बाहुल्यांचा सूत्रधार आहे. कलाकाराला आपल्या निर्मितीच्या अशा बाहुल्या दीर्घकाळ आवडत नाहीत. त्यांचा एक साचा बनून जातो. त्या साच्यात त्याची कला गुदमरून जाते. या बाहुल्यांच्या पलीकडं जाऊन काही स्वतंत्र निर्मिती करावी या इच्छेनं मी वेडा झालो. युगयुगं प्रयत्न करीत राहिलो. माझ्या प्रयत्नांनी घडविलेला पहिला मनुष्य माझ्यापुढं उभा राहिला तेव्हा- तो क्षण परम भाग्याचा आहे असं मला वाटलं. पण आज राहून राहून मनात येतं तो क्षण भाग्याचा नव्हता, दुर्भाग्याचा होता. पोरा, मी एक दुर्दैवी कलाकार आहे रे. माझ्या कल्पनेपुढं माणसाचं जे चित्र उभं होतं- होतं कसलं आजही उभं आहे, ते मला प्रत्यक्षात उतरविता येत नाही. अधूनमधून एखादवेळी ते साकार होण्याचा चमत्कार घडतो. पण माणूस निर्माण करण्याची माझी कला अजून बाल्यावस्थेत आहे. तुझ्यासारखा एखादा माणूस माझ्या हातून घडविला जातो तेव्हा मला वाटतं, काही युगांनी का होईना मला हवी तशी अखिल मानव जात निर्माण करता येईल. या आशेवर माझ्यातला कलाकार जगत आला आहे. पण तुझ्यासारखे माझ्या कलेचे यशस्वी नमुने जर आत्मघात करू लागतील तर- तर- मग मी कुणाच्या आधारावर जगावं? कुणाकडं पाहून माझ्या कलेनं-''

परमेश्वराला पुढं बोलवेना. त्याचं सारं शरीर थरथर कापू लागलं. डोळ्यांतून अश्रुबिंदू गळू लागले.

तपस्व्यानं दरीकडं पाठ फिरवली. आपल्या बोटांनी तो परमेश्वराचे अश्रू पुसू लागला- एखाद्या लहान बालकानं आपल्या आईचे डोळे पुसावेत तसा!

लोकमत (दिवाळी), १९७३

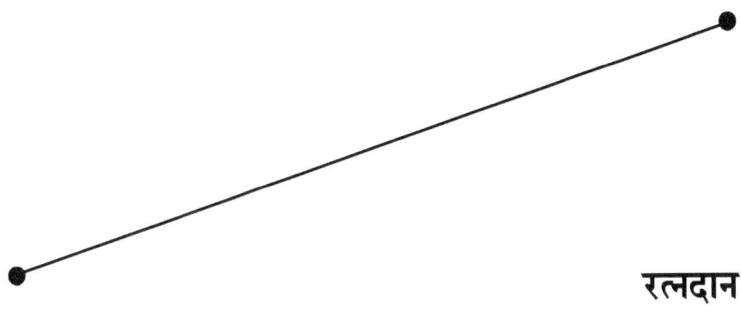

रत्नदान

त्रिभुवनात संचार करणारे नारदमुनी फिरता फिरता कुबेराच्या अलका नगरीत गेले. कुबेरानं त्यांचं यथायोग्य स्वागत केलं. बोलता बोलता मुनिवर्य म्हणाले, "तुझ्या अलकेतलं ऐश्वर्य पाहून मला मृत्युलोकातल्या पाषाणपुरीची आठवण झाली."

कुबेरानं चकित होऊन प्रश्न केला, "म्हणजे? पृथ्वीवर माझ्या नगरीइतकी संपन्न नगरी आहे?"

नारदमुनी हसून म्हणाले, "अरे, मला आठवण झाली ती विरोधामुळे. पाषाणपुरीतल्या गोरगरिबांच्या अनेक झोपड्यांतून जे दारिद्र्य दिसतं-"

कुबेर उद्गारला, "ऋषिवर्य, माझ्या भांडारात अगणित रत्नं आहेत. ते कधीही रिकामं होणार नाही. या पाषाणपुरीतल्या झोपडी झोपडीला मी एकेक रत्न देऊ शकेन. गरीब माणसाला साऱ्या जन्मात जेवढं धन मिळवता येणार नाही, तेवढ्या मोलाचं एकेक रत्न मी त्याला देईन."

नारदमुनी विषण्ण स्मित करीत म्हणाले, "पहा बोवा, हा मृत्युलोक आहे. इथल्या सगळ्या गोष्टींचा मृत्यू मी आतापर्यंत पाहिला आहे. एका गोष्टीचा मृत्यू मात्र अजून पाहिलेला नाही."

कुबेरानं उत्सुकतेनं विचारलं, "ती कोणती?"

"दारिद्र्य."

काही काळ लोटला. पुन्हा नारदमुनी आपल्या भ्रमंतीत अलकानगरीत आले. कुबेरानं मोठ्या उत्साहानं त्यांचं स्वागत करून विचारलं, "कुठून येणं घडलं आपलं, मुनिवर्य?"

"मृत्युलोकातून! पाषाणपुरीतून!"

कृतकृत्यतेचा आनंद कुबेराच्या मुद्रेवर विलसू लागला. तो नारदांना म्हणाला,

''आता त्या नगरीत एकही गरीब राहिला नसेल! खरं ना!''

मुनिवर्य काहीच उत्तर देत नाहीत हे पाहून तो गोंधळला. त्यानं विचारलं ''आपण स्तब्ध का? मागं आपली भेट झाली तेव्हा या पाषाणपुरीतल्या झोपडी झोपडीला एकेक रत्न देण्याचं वचन मी दिलं होतं. माझ्या सेवकांनी मृत्युलोकात जाऊन ते तत्काळ पुरं केलं.''

''मी नुकताच पाषाणपुरीच्या त्या भागातून फिरून आलो. साऱ्या झोपड्या जागच्या जागीच उभ्या आहेत. जशाच्या जशा. तिथलं अठराविसे दारिद्र्य कमी झालेलं नाही. उलट त्या साऱ्या गोरगरिबांच्या मुद्रा भयग्रस्त दिसतात. माझ्यासारख्या अपरिचितांशी मोकळेपणानं बोलायलाही ते तयार होत नाहीत-''

आपल्या सेवकांनी रत्नदान करताना अपहार तर केला नाही ना असं कुबेराच्या मनात आलं. तो नारदमुनींना म्हणाला, ''पाषाणपुरीत पाठविलेल्या सेवकांना मी आत्ताच्या आता बोलावून घेतो. ते अप्रामाणिक आहेत, असं सिद्ध झालं तर लगेच-''

''तुझ्या सेवकांच्या प्रामाणिकपणाविषयी मला शंका नाही. पण-''

बोलता बोलता नारद थांबले आणि त्याला म्हणाले, ''तू माझ्याबरोबर चल, स्वत:च्या डोळ्यांनीच सर्व पहा. अदृश्य राहून आपण सर्व पाहू शकतो.''

पाषाणपुरीच्या वेशीतून प्रवेश केल्यावर गोरगरिबांच्या वस्तीकडं नारदमुनी आपल्याला घेऊन जातील अशी कुबेराची कल्पना होती. पण ते जेव्हा सुंदर रीतीने शृंगारलेले वाडे आणि भव्य गगनचुंबी प्रासाद यांच्यामधून जाणाऱ्या राजमार्गाने जाऊ लागले, तेव्हा कुबेर संभ्रमात पडला. न राहवून त्यानं विचारलं, ''आपण कुठं चाललोय मुनिवर्य?''

नारद काहीच बोलले नाहीत. थोड्या वेळानं ते राजप्रासादापाशी आले. त्या प्रासादाच्या एका भव्य दालनात राजसभा भरली होती. अमात्य उभे राहून बोलू लागले होते, ''पाषाणपुरीचे समस्त नागरिक हो, आज आपल्या राजाधिराज रत्नपाल महाराजांनी एक नवा उपक्रम सुरू करण्याचं ठरवलं आहे. आजपर्यंत सर्व राजे आयुष्यभर एकच मुकुट मस्तकावर धारण करीत आले. पण राजाधिराजांनी ही प्रथा मोडून प्रत्येक दिवसासाठी नवा मुकुट धारण करण्याचं ठरविलं आहे. आज या सात मुकुटांपैकी दुसरा मुकुट तयार झाला असून, तो पूज्य धर्मगुरूंनी महाराजांच्या मस्तकावर ठेवून त्यांना आशीर्वाद द्यावा अशी माझी त्यांना नम्र प्रार्थना आहे.''

राजाच्या मस्तकावरला पहिला मुकुट काढून नवा मुकुट त्याच्या मस्तकावर ठेवीत धर्मगुरूंनी त्याला मंत्रोक्त आशीर्वाद दिला. राजाच्या मस्तकावरला तो नवा मुकुट पाहताच कुबेर चपापला. आपल्या भांडारातली रत्नं त्यानं ओळखली.

गोरगरिबांना दान केलेली आपली रत्नं राजाच्या मुकुटात कशी आली याचं त्याला कोडं पडलं.

खिन्न मनानं पाषाणपुरीतून बाहेर पडताना कुबेरानं नारदांना प्रश्न केला, "गोरगरिबांना दिलेली ही रत्नं राजाच्या भांडारात कशी गेली?"

नारद हसत उत्तरले, 'अरे वेड्या, रत्नांचं दान करताना तू एक गोष्ट विसरलास. हे दान होतं मृत्युलोकातलं. तुझ्या सेवकांनी गोरगरिबांना रत्नं वाटली. त्यांच्याकडं रत्नं आहेत अशी कुणकुण लागताच श्रेष्ठींनी आणि धनिकांनी ती त्यांच्याकडून अल्पस्वल्प किमतीला खरेदी करायला सुरुवात केली. कुणी अधिक मोल मागू लागला की, 'तू हे रत्न कुठून आणलंस ते सांग. हा चोरीचा माल आहे.' असं म्हणून कोतवालाकडं त्याची रवानगी होऊ लागली. रत्न विकायला जाणारांच्या पाठीवर फटके बसू लागले. त्यांनी भीतीनं पदरात पडेल त्या किमतीला श्रेष्ठी, सावकारांना आपापली रत्नं विकली. हे सारं प्रकरण सहजच राजाच्या कानापर्यंत जाऊन पोहोचलं. राजानं श्रेष्ठी-सावकारांच्या वाड्यांच्या झडत्या घेऊन ती रत्नं गोळा करून नेली. त्याचं काय करायचं हे न कळल्यामुळे प्रत्येक दिवसासाठी नवा रत्नजडित मुकुट वापरण्याच्या वेडगळ कल्पनेनं त्याचं मन भरून गेलं. आता उरलेल्या पाच मुकुटांसाठी शेजारच्या राज्यावर आक्रमण करण्याची इच्छा त्याला झाली नाही म्हणजे मिळविली. नाहीतर ते पाप तुझ्या दानाच्या माथी बसेल!"

खाली मान घालून कुबेर मुकाट्यानं अलकेच्या दिशेनं चालू लागला.

देवदुर्ग (दिवाळी) १९७३

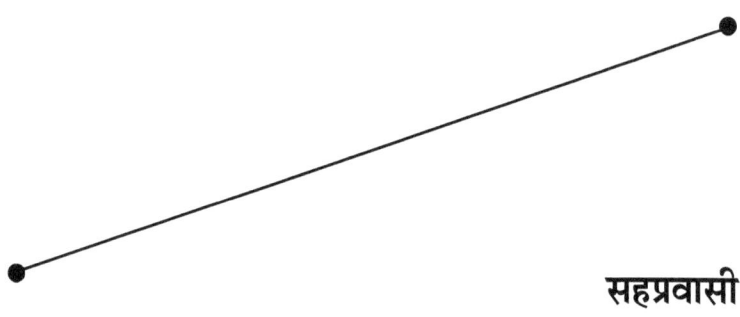

सहप्रवासी

महानदीच्या तीरावरील धर्मशाळेत त्या चौघांनी परस्परांना प्रथमच पाहिलं. चौघेही चार दिशांनी आले होते. मात्र प्रत्येकाचं ध्येय एकच होतं. महानदीच्या पलीकडं जायचं. मधलं हिंस्र पशूंनी भरलेलं घनदाट अरण्य पार करायचं आणि नंतर दुरून दिसणाऱ्या देवालयाच्या रत्नजडित शिखराच्या रोखानं पुढं जायचं. ते देवालय एक जागृत देवस्थान आहे, असं पिढ्यान् पिढ्या आपण ऐकत आलो आहो. देवतेची मूर्ती अंध आहे असं लोक मानतात. पण ती तशी नाही. दिवसाच्या अष्टप्रहरात एक क्षणच ती डोळे उघडते. तिच्या दोन्ही डोळ्यांतल्या चिंतामणीच्या प्रकाशानं गाभारा उजळतो. त्या प्रकाशाचा एक किरण माणसाच्या कपाळावर पडला तरी त्याचा ललाटलेख बदलून जातो. मग जगातल्या सर्व दुःखांचा परिहार करण्याचं सामर्थ्य त्या व्यक्तीच्या अंगी येतं.

आपण चौघे एकाच ध्येयानं प्रेरित झालो आहोत असे पाहून सारेजण मनात सुखावले. महानदीच्या पैलतीरावरलं अरण्य पार करायचं, हे एक मोठं दिव्य होतं. पण त्याचबरोबर त्या चिंतामणीचा प्रकाश लाभावा म्हणून सगेसोयरे बरोबर घेऊन जाणं धोक्याचं होतं. अगदी शेवटच्या क्षणी का होईना, या पुढल्या प्रवासाला आपल्याला सोबती मिळाले, याचा प्रत्येकाला आनंद झाला.

आता उन्हं उतरली होती. नदी पार करून अंधारातून पुढं जाणं मोठं कठीण वाटत होतं, पण प्रत्येकाचं मन त्या प्रकाशाच्या दर्शनासाठी आतुर झालं होतं.

चौघेही महानदीच्या तीरावर आले. सूर्य मावळतीला टेकल्यासारखा दिसत होता. पश्चिमेकडले लहानमोठे मेघ नाना रंगांनी नटले होते.

त्या अद्‌भुत सौंदर्याकडं पाहत प्रवाशातला संन्याशी म्हणाला, ''प्रभूची लीला

मोठी अगाध आहे. युगामागून युगं गेली, पण प्रत्येक संध्याकाळ या नवनव्या रंगांनी तो नटवतो.''

इतका वेळ त्याच्याशी स्नेहपूर्ण स्वरात गोष्टी करीत असलेला शास्त्रज्ञ उसळून म्हणाला, ''या रंगाशी ईश्वराचा काय संबंध आहे? हा चमत्कार नाही. सृष्टिक्रम आहे. तुमच्यासारखे लोक जिथं तिथं देवाचं स्तोम माजवतात. आपल्याला हे बिलकूल पटत नाही. त्या चिंतामणीच्या शोधात तुझ्यासारखा देवभोळा मनुष्य माझ्या सोबतीला चालणार नाही.''

दुसऱ्या दोघांतला चित्रकार म्हणाला, ''हे रंग जर माझ्या चित्रफलकावर उतरले तर ती चित्रं पाहून सारं जग आपली दुःखं विसरेल.''

चौथा होता व्यापारी. तो हसत हसत म्हणाला, ''वेडा आहेस तू. हे सारे रंग जर मला मिळाले तर ते मी अशा भारी दरानं विकेन की-''

चित्रकार रागानं उद्गारला, ''या दिव्य दृश्याचा तू असा व्यापार करू इच्छितोस, छे! तुझं माझं जमायचं नाही.'' ते दोघे एकमेकांपासून दूर गेले. चित्रकार संन्याशापाशी गेला. शास्त्रज्ञ व्यापाऱ्याजवळ येऊन हितगूज करू लागला.

कातरवेळ झाली. पैलतीराला गेलेली नौका परत येऊ लागल्याचं वल्ह्यांच्या सपसप आवाजावरून त्या चौघांच्या लक्षात आलं. दूर असलेला नावाडी उंच स्वरात जे गाणं म्हणत होता त्याचे शब्द कळत नव्हते. पण त्या गाण्याचे उत्साही सूर लांबूनही अंगावर रोमांच उभे करीत होते.

नौका काठाला लागताच चौघंही तिच्याकडं धावले. मात्र नावाड्याची उंच धिप्पाड मूर्ती, नखशिखान्त असलेला त्याचा कृष्णवेश आणि त्या काळोखातून लखलखणाऱ्या शुक्राच्या दोन चांदण्या पाहून ते गांगरले. भयभीत होऊन मागं सरकले. नावाडी रागानं ओरडला, ''एका वेळी एकालाच या नावेत बसता येतं. पैलतीरावर नाव जिथं लागते तिथं असंख्य रक्षक उभे आहेत. पुढं ज्याला त्याला आपली पाऊलवाट शोधावी लागते. त्या भयंकर अरण्यातून प्रत्येकाला एकट्यानंच पुढं जावं लागतं. तुमच्यातला माझ्याबरोबर पहिल्यांदा कोण येणार त्यानं नावेत पाय टाकावा.''

चौघेही चुळबुळ करू लागले. पुढं व्हायचा धीर कुणालाच होईना.

नावाडी उपहासानं हसला आणि मघाचं आपलं गाणं म्हणत पैलतीराकडं निघाला.

चौघेही धर्मशाळेत परत आले. एकमेकांशी चकार शब्दही न बोलता त्यांनी सारी रात्र काढली. कजाग बायकोशी भांडून भगवी वस्त्रं धारण करणारा संन्याशी,

प्रयोगशाळेतला शोध अयशस्वी झाल्यामुळे चडफडणारा शास्त्रज्ञ, काही जगावेगळं केलं नाही तर आपण बेकार होऊन उपाशी मरू या भयानं काळवंडलेला चित्रकार आणि मोठमोठे सट्टे हरल्यामुळे दिवाळं काढण्याची पाळी आलेला व्यापारी हे चौघेही आपलं दुःख कसं दूर होईल या विवंचनेत रात्रभर या कुशीवरून त्या कुशीवर होत होते!

बलवंत (दिवाळी), १९७३

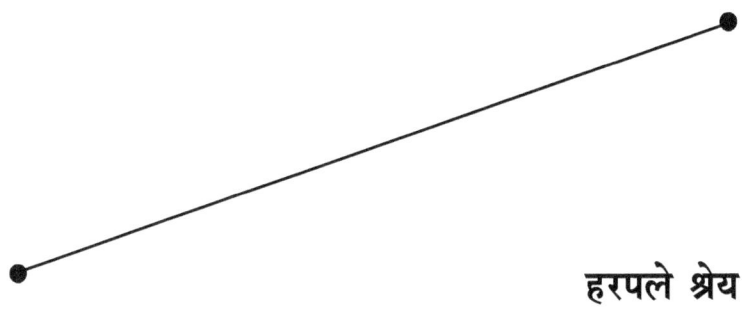

हरपले श्रेय

तसा तो घुश्श्यातच चालला होता खाली पाहत, जड पावलं टाकीत. काखेला शाळेतल्या पुस्तकांची पिशवी लटकावून!

'आज शनिवार होता हे खरं. थोडा उशीर झाला आपल्याला उठायला म्हणून काय झालं. आईनं ठोंब्या, आळशी रेडा कुठला? असल्या शिव्या द्यायच्या आपल्याला. देवाला नवस करायला हवा- या आईटलीला चांगली शिक्षा कर म्हणून.'

त्याचं पाऊल एकदम रेंगाळलं. मंत्रमुग्ध झाल्यासारखा तो जागच्या जागीच थांबला. पलीकडच्या राईतून एक कोकिळा गात होती. त्याची पावलं राईकडं वळली. कोकिळा ज्या वृक्षावरच्या पर्णभारात लपून गात होती तिथं तो आला. वर पाहू लागला, कुठंच दिसत नव्हती ती त्याला, पण तिचे 'कुहू-कुहू' हे नाजूक मधुर बोल ऐकता ऐकता तो आईवरला सारा राग विसरून गेला.

'कुहू-कुहू'खेरीज दुसरं त्या राईत काही ऐकू येत नव्हतं. उन्हाळ्यात नदीच्या डोहात पोहायला जावं. वरच्या झाडामुळे त्या पाण्याला अधिकच गारवा आलेला असावा आणि त्या गारव्यानं गाढ झोपलेल्या बाळाप्रमाणं आपली स्थिती व्हावी तसा काहीतरी भास त्याला होत होता.

तो राईत उभा नव्हता, 'कुहू-कुहू'च्या डोहात पोहत होता.

शाळेत जायला आपल्याला फार उशीर झाला हे त्याच्या लक्षात येताच त्याच्या समाधीचा भंग झाला. तो त्या न दिसणाऱ्या कोकिळेवर चिडला. त्यानं त्या कोकिळेला वेडावून दाखवायला सुरुवात केली. त्याचं वेडावणं तिला ऐकू जात होतं की नाही कुणास ठाऊक. ती गातच राहिली.

आईसारखाच त्या कोकिळेचा त्याला आता राग आला. आजूबाजूला पडलेले चार-पाच लहान लहान दगड त्यानं उचलले आणि आपली सर्व शक्ती एकवटून तिच्या रोखानं तो एक-एक दगड फेकू लागला. पहिले तीन-चार दगड त्यानं मारले

तरी तिचं- कोकिळेचं 'कुहू-कुहू' सुरूच होतं, पण पाचवा दगड कुठंतरी तिच्या आसपास झाडाच्या फांदीवर आपटला असावा. ती भ्याली आणि मुकी झाली.

पंचवीस-तीस उन्हाळे आले आणि गेले. आता तो एक बडा अधिकारी झाला होता. अनेक नादाबरोबर शिकारीचाही नाद लागला होता त्याला. आज काही मित्रांबरोबर जवळच्या जंगलात शिकारीला जाण्याचा बेत ठरला होता. एक वाघ किंवा वाघरू त्या जंगलात धुमाकूळ घालीत आहे अशा तक्रारी अलीकडेच खेडवळ लोकांकडून आल्या होत्या. वाघ असला तर त्याची शिकार मचाणावरूनच केली पाहिजे म्हणून त्या दृष्टीनं पूर्वतयारीही केली गेली होती.

शिकारी मंडळी अंधार पडल्यावर मचाणावर जाऊन बसली. घटकेमागून घटका जाऊ लागली. पण सावजाचा पत्ता लागेना.

इतक्यात शेजारच्या झाडावरून एक कोकिळा गाऊ लागली. अशा अवेळी ती का गाऊ लागली हे तिचे तिलाच ठाऊक! त्याला तिचा मनस्वी राग आला.

आपलं लहानपण त्याला आठवलं. राईत मारलेले ते दगड! त्या दगडाप्रमाणे आता एक गोळी झाडून या कोकिळेचा आवाज बंद करता आला तर- पण अंधारात तिच्यावर नेम धरून गोळी कशी झाडता येईल? तो स्वत:वर चडफडू लागला. कोकिळा गातच होती.

त्या रात्री शिकार झालीच नाही. तो मनात म्हणत होता, 'त्या कोकिळेनं सारा घात केला. तिच्या आवाजानं सावज सावध झालं असेल तर!' आपली ही शंका वेडगळपणाची आहे असं त्याच्या मनात आलं, नाही असं नाही. पण जंगलातल्या त्या कोकिळेचा राग त्याच्या मनात धुमसत राहिला. वाघ असो वा वाघरू असो. त्याची शिकार करायची. मग दुसरे दिवशी त्या मारलेल्या सावजाशेजारी बंदूक घेऊन ऐटीत उभं राह्यचं. आपला सुरेख फोटो काढून घ्यायचा आणि तो निरनिराळ्या वृत्तपत्रातून छापून आणायचा. या साऱ्या स्वप्नांची उतरंड कोकिळेच्या आवाजानं कोसळली होती.

पंचवीस-तीस उन्हाळे आले आणि गेले. हृदयविकारानं पछाडलेला रोगी म्हणून तो महानगराच्या मध्यभागातल्या एका खासगी इस्पितळात दाखल झाला होता.

औषधोपचार चालू होता. मात्र त्याला हालचाल करण्याची पूर्ण बंदी होती. एखाद्या बाटलीत माणसाचा प्राण कोंडून टाकावा तसं काहीतरी त्याला वाटत होतं. आपल्या बिछान्यावरून तो दोन्ही बाजूच्या खिडक्यांतून बाहेरलं जग पाहण्याचा पुन:पुन्हा प्रयत्न करी. आकाशाकडं धाव घेणाऱ्या अनेक मजली दगडी इमारतीखेरीज त्याच्या नजरेला दुसरं काहीच पडत नसे. त्या सर्व इमारती आपल्या तुरुंगाच्या भिंती आहेत असं त्याला वाटे. त्याची उदासीनता अधिकच वाढे. मग डोळे मिटून तो

आवाजाच्या दुनियेत प्रवेश करण्याचा प्रयत्न करी. पण कावळ्यांची काव काव, बसच्या धुडांची धडधड, फेरीवाल्यांच्या कर्कश आरोळ्या आणि चारी दिशांना तारस्वरानं किंचाळणारे रेडिओ यांच्याखेरीज त्याच्या कानावर दुसरा कसलाही आवाज पडत नव्हता.

उदास मन:स्थितीत त्याचा दिवस उजाडे आणि भकास मन:स्थितीत तो मावळे. रात्र कितीही चढली तरी बाहेरचा कोलाहल सुरूच राही. त्यामुळे त्याची पापणीला पापणी लागत नसे. डॉक्टर नेमानं त्याला झोपेची औषधं देत. त्या विचित्र गुंगीत त्याच्या काही घटका जात. पण स्वत:विषयीच्या एखाद्या अभद्र, अर्धवट स्वप्नांनी तो खाडकन जागा होई. मग काही केल्या त्याचा डोळ्याला डोळा लागत नसे. प्रत्येक क्षण युगासारखा वाटे. आपलं मन कुठं गुंतवायचं हेच त्याला कळत नसे.

त्याच्या मनात येई, या उजव्या बाजूच्या खिडकीबाहेर एखादं झाड असतं तर किती बरं झालं असतं. ते आंब्याचं झाड असतं आणि एखादी कोकिळा त्याच्यावर बसून अशा अपरात्री गाऊ लागली असती तर?

आलमगीर (दिवाळी), १९७३

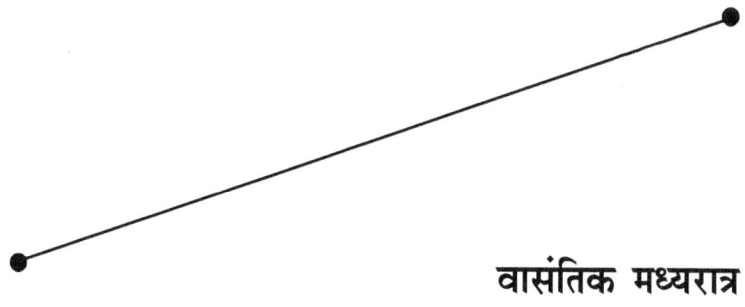

वासंतिक मध्यरात्र

मध्यरात्र गाढ झोपी गेली होती. आमराईतून कोकिळेचे गीत ऐकू येऊ लागलं. मध्यरात्रीला वाटलं, आपल्याला एक सुंदर स्वप्न पडत आहे. त्या स्वप्नातल्या गायिकेचा मधुर स्वर आहे हा.

आमराईला लागूनच एक झोपडी होती. 'कुहू-कुहू' या कोकिळेच्या पालुपदानं झोपडीच्या दारातल्या कोंबड्याची झोपमोड झाली. तो चिडला. रागावून अंगणात आला. राईतून 'कुहू-कुहू' करणाऱ्या कोकिळेला त्यानं हटकलं.

कोकिळा क्षणभर थांबली. पुन्हा गाऊ लागली, 'कुहू-कुहू.'

कोंबडा तावातावानं ओरडला, ''अगं ए वेडे, ही काय ओरडायची वेळ आहे? साऱ्या जगाला जाग आणायचं काम माझ्याकडं दिलं आहे देवानं. अजून पहाट व्हायला खूप वेळ आहे. ती झाली की, सर्वांना मी साद घालीन. कामाला लावीन. अगं वेडे, सूर्य उगवतो तोसुद्धा माझ्या हाकेमुळे. तुझ्या या ओरडण्याचा जगाला काय उपयोग आहे?''

कोकिळा हसली. काही क्षण मुकी झाली. पुन्हा गाऊ लागली. 'कुहू-कुहू.'

कोंबडा कर्कश स्वरानं किंचाळला, ''ए मूर्ख बये! परमेश्वरानं गजराचं घड्याळ माझ्या कंठात बसवलंय. तुझ्या नाही. अशी कोकलतेस कशासाठी?''

कोकिळा गायची थांबली. आम्रमंजिरीच्या सुगंधातून येणारी वसंताची चाहूल आपल्याला गायला लावत आहे, हे तिला कळत होतं. पण या मठ्ठ कोंबड्याला ते कसं समजावून सांगायचं. ती पुन्हा गाऊ लागली.

कोंबडा भडकला. पहाट झाल्यासारखा मोठमोठ्यानं साद घालू लागला. दिवसभर काम करून थकलेल्या त्याच्या धन्याची झोप चाळवली. तो झोपडीबाहेर आला.

त्यानं आभाळाकडं पाहिलं. मग कोंबड्याची मान पकडून तो म्हणाला, ''लई रात हाय अजून. गुमान पड दाराशी. वरडशील तर तुजी मुंडीच-''

त्याचं लक्ष कोकिळेच्या 'कुहू-कुहू'कडं गेलं. त्याचा राग मावळला. आपल्या दमल्या-भागलेल्या हातापायावरून, तो गोड आवाज आईच्या मायेनं हात फिरवीत आहे, असं त्याला वाटलं.

झोपडीच्या दाराशी आपला धनी शांतपणे का उभा आहे, याचा कोंबडा विचार करू लागला. काही केल्या ते कोडं त्याला सुटेना!

अनुराधा, १९७४

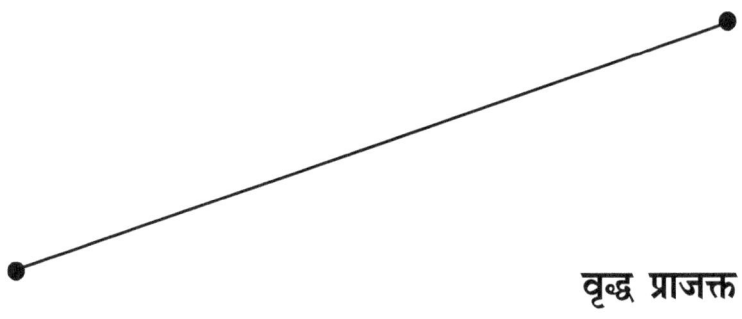

वृद्ध प्राजक्त

माळावरून जाणाऱ्या पाऊलवाटेच्या कडेला प्राजक्ताचं ठेंगणंठुसकं झाड उभं होतं. उभ्या आयुष्यात त्याला दुसऱ्या झाडाची सोबत मिळाली नव्हती.

आता ते वृद्ध होत चाललं होतं. पूर्वीपेक्षा ते निष्पर्ण दिसे. ऋतुमानाप्रमाणं त्याला फुलं येत. पण तीही अगदी थोडी.

अधूनमधून ते मनात कुढे. कधीकधी आतल्या आत रडे. 'आता या जगाला माझा काय उपयोग आहे?' हा प्रश्न ते स्वतःला विचारी आणि मग अधिक बेचैन होई.

एके दिवशी एक तरुण लाकूडतोड्या आपल्या मुलासह त्या वाटेनं जाऊ लागला. प्राजक्ताला वाटलं, तो आपल्यापाशी थांबेल. आपल्या हडकुळ्या फांद्या तोडील. आपल्या उरलेल्या आयुष्याचं तेवढंच सार्थक होईल.

पण लाकूडतोड्या थांबला नाही. प्राजक्ताकडं तुच्छतेनं पाहत तो म्हणाला, ''या म्हाताऱ्या हाडांचा आपल्याला काही फायदा नाही. चल, पटपट पाऊल उचल. पुढं छान रान आहे. तिथं अशी तगडी झाडं आहेत-''

ते दोघे निघून गेल्यावर थोड्या वेळानं गुरं चारण्याकरिता निघालेली दोन गुराख्याची मुलं त्या वाटेनं जाऊ लागली. जाता जाता त्यातली मुलगी थांबली. प्राजक्ताखाली पडलेल्या पाच-सात फुलांतली दोन-तीन तिनं उचलली. तिनं आपल्या केसात माळण्याचा प्रयत्न केला. मुलानं उरलेली फुलं उचलली. पुढल्या वळणावर शेंदूर फासलेला एक दगड होता, त्याच्यावर ती टाकली. दोघंही दिसेनाशी झाली.

दुपार झाली. ताप भरल्यासारखा माळ भासू लागला. वृद्ध प्राजक्ताला गरम झळा झोंबू लागल्या. आपल्या जगण्याला काही अर्थ उरला नसताना देवानं आपल्याला एवढं आयुष्य का द्यावं? याचा तो खिन्नपणानं विचार करू लागला.

इतक्यात दोन-तीन माणसं आपल्याकडं येताना त्याला दिसली. प्राजक्ताला वाटलं माळामागून माळ तुडवीत आलेली ही माणसं दमली असतील, भागली असतील. ती

जाता जाता आपल्यापाशी बसतील, त्यांना थोडा विसावा मिळेल. आपल्या उरलेल्या आयुष्याचं काम हेच असेल!

'हाश-हुश' करीत तिघं प्रवासी झाडापाशी आले. क्षणभर त्यांची पावलं थबकली. पण त्यातला तरुण प्रवासी उपहासानं उद्गारला, "हे मरतुकडं झाड. हे कसली सावली देणार आपल्याला! बाबा, आई, थोडी कळ सोसा. हा माळ ओलांडला की-"

नगराच्या दिशेनं जाणाऱ्या त्यांच्या लहान लहान आकृतीकडं वृद्ध प्राजक्त कितीतरी वेळ पाणावलेल्या डोळ्यांनी पाहत होता.

संध्याकाळ झाली. झळांच्या झुळका बनल्या. मावळतीकडं नाना रंग एकत्र मिसळून अज्ञात चित्रकार कोणतं चित्र रंगवावं याचा विचार करू लागला.

याचवेळी नगराकडून मंद मंद पावलं टाकीत एक चित्रकार माळाकडं येऊ लागला. त्या नगरातल्या आपल्या घरात पिंजऱ्यातल्या पाखराप्रमाणं त्याची स्थिती झाली होती. त्याला भव्य पौराणिक चित्र काढायचं काम मिळालं होतं. पण ती चित्रकल्पना कशी साकार करावी हे कोडं काही केल्या सुटत नव्हतं. कलावंताच्या प्रसूतिवेदना काय असतात याचा तो क्षणोक्षणी अनुभव घेत होता. गेले तीन-चार दिवस झोपेतसुद्धा त्याला त्या चित्राचीच स्वप्नं पडत. अनेक कल्पना सुचत. पण त्यापैकी एकही ते चित्रं साकार करण्याइतकी समर्थ नाही हे लक्षात येऊन तो अतिशय अस्वस्थ होई. मग त्याचा डोळ्याला डोळा लागत नसे.

आताही तो त्या चित्राचाच विचार करीत चालत होता.

प्राजक्तापाशी येताच तो थांबला. जागच्याजागी खिळल्यासारखा झाला. त्याच्या संवेदनांच्या आकाशात वीज चमकून गेली.

पश्चिमेकडले रंग आणि पृथ्वीवर मंद पावलांनी उतरणारी रजनी, समोरचा तो ठेंगणाठुसका वृद्ध प्राजक्त यांचं आपल्या चित्राशी काहीतरी नातं आहे हे त्या चमकाऱ्याच्या प्रकाशात त्याला जाणवून गेलं. वाट सोडून तो त्या झाडाजवळ गेला. त्याच्या दोन निष्पर्ण फांद्यांवर हात ठेवून तो म्हणाला, "माझ्या मित्रा, केवढे उपकार आहेत तुझे माझ्यावर. वृत्रासुराच्या वधासाठी इंद्राचं वज्र करण्याकरिता आपल्या अस्थी देणाऱ्या महागाननाचं चित्र रंगवायचंय मला. महानिर्वाणाला बसलेल्या त्या तपोनिधीच्या मागं तुझी प्रतिमा मी उभी करीन. आज ना उद्या तू या जगातून जाशील. मलाही एक दिवस हे जग सोडून जावं लागेल. पण कदाचित- कदाचित पुढली पिढी माझं चित्र कौतुकानं पाहत राहील. त्यातल्या प्रतिमेच्या रूपानं तू तिला परिचित होशील.'

बोलता बोलता चित्रकार थांबला. प्राजक्त हसल्याचा भास त्याला झाला.

अनुराधा, मार्च, १९७४

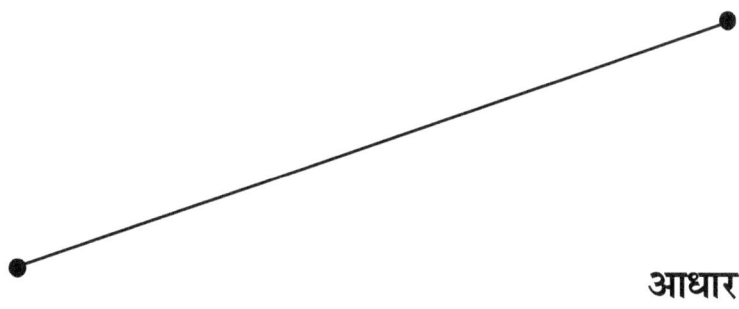

आधार

सत्याचे मुखवटे मोजता मोजता मी थकून गेलो. सौंदर्याच्या मखमली पडद्याआड चाललेला उनऊनीत रक्ताचा आणि लुसलुशीत मांसाचा बाजार पाहून माझे मन उबगले. सकाळपासून संध्याकाळपर्यंत देवालयांत, शाळा-प्रशाळांत, नगरांतल्या चौकाचौकांत मांगल्याच्या मंत्रांच्या कंठरवाने चाललेला उद्घोष माझ्या कानावर पडत होता. पण तो ध्वनी किंचित मंदावला म्हणजे कुणातरी अनामिकाचे काळीज कापून सोडणारे कण्हणे मला अस्वस्थ करून सोडी! मनात येई, ज्या धरित्रीच्या आधाराने आपण जीवनरसाचा आस्वाद घेत आहो तीच दु:खाने गुदमरून गेली आहे, कष्टाने आपले हुंदके आवरीत आहे आणि युगायुगांच्या सहनशीलतेला न जुमानता तिची अंतरीची व्यथा या अस्फुट क्रंदनाच्या रूपाने प्रकट होत आहे.

मानवी अस्तित्वाची ही गढूळ महानदी, आंधळे ढोंग आणि अनियंत्रित भोग यांच्या दोन तटांमधून अखंड वाहत राहावी असाच सृष्टीचा संकेत आहे की काय हे मला कळेना! प्रक्षुब्ध महासागरांत बुडू लागलेली माझी श्रद्धा भिरभिरत्या डोळ्यांनी आधार शोधू लागली- एखादे जहाज, एखादी फळी, निदान एखादी काडी!

कुठेतरी दूर दूर जावे, जिथे हा दानवी दंभ दिसणार नाही, जिथे हे अमानुष क्रौर्य असणार नाही, अशा जागी जावे असे माझ्या मनाने घेतले. मात्र अशी जागा पृथ्वीतलावर कुठे आहे हे माझे मलाच माहीत नव्हते.

निराश मन:स्थितीत एके दिवशी मध्यरात्री मी घर सोडून निघालो.

राजमार्गाने नगराबाहेर पडायला फार वेळ लागला असता. म्हणून मी अरुंद, काळोख्या बोळांतून जाऊ लागलो. अधूनमधून माझी पावले ठेचाळत. माझ्या नाकात दुर्गंधी भरे. जाग्या असलेल्या एखाद-दुसऱ्या घरातला मिणमिणता दिवा

डोळे मिचकावून माझी थट्टा करी. त्याची ती मस्करी माझ्या जिव्हारी लागे. मी झपझप पावले टाकी.

चालता चालता माझी पावले घुटमळली. मी एकदम थबकलो. कुठून तरी मन धुंद करून सोडणारा सुगंध येत होता. काळोखात मी न्याहाळून पाहिले. एका खाटकाचे जुनाट, पडके घर होते ते. घरासमोरच्या मोडक्या फाटकावर रातराणी दरवळली होती.

मी डोळे मिटून त्या सुगंधाच्या समुद्रात स्वतःला झोकून दिले. त्याच्या तळाशी असलेले मोत्यांचे शिंपले वेचू लागलो.

इतक्यात कसली तरी कुजबुज माझ्या कानी पडली. मी डोळे उघडून पाहिले. आजूबाजूला चिटपाखरूसुद्धा नव्हते.

मी स्वप्नात आहे की काय हे मला कळेना. आकाश लवून पृथ्वीच्या कानाशी लागले होते- पृथ्वी मान उंचावून, जिवाचे कान करून ऐकत होती.

चांदण्या रातराणीच्या फुलांना म्हणाल्या, ''किती सुरेख आहात गं तुम्ही! छे बाई! दृष्ट लागेल आमची तुम्हाला!''

फुले उत्तरली,

''खऱ्या सुंदर आहात तुम्ही!''

चांदण्या उद्गारल्या, ''अंऽहं! तुम्हीच! तुम्ही फुलायला लागलात ना? ते पाहायला आम्ही साऱ्या धावत अंगणात आलो.''

फुले म्हणाली, ''काहीतरीच काय बोलता! तुम्ही नाचायला लागलात ना? ते डोळे भरून पाहायला आम्ही आमच्या अंगणात धावत आलो.''

कुणाच्या तरी चाहुलीने मी माझ्या तंद्रीतून जागा झालो. दहा-बारा वर्षांचे एक भिकाऱ्याचे पोर माझ्याजवळ येऊन विचारू लागले, ''दादा, माझं कुत्र्याचं पिल्लू दिसलं का कुठं?''

मी नकारार्थी मान हलविली. त्याचा चेहरा चिंताग्रस्त झाला. त्याचे समाधान करण्याकरिता मी म्हणालो, ''अरे वेड्या, तुला पोटापुरती भीक मिळताना मारामार! त्यात ही कुत्र्याची भर कशाला हवी?''

त्याच्या चेहऱ्यावरला रुष्टतेचा भाव मला स्पष्ट जाणवला. क्षणभर थांबून तो म्हणाला, ''असं कसं म्हणता दादा? ही पहा मी न खाता त्याच्यासाठी ठेवलेली भाकरी.''

चिंध्यांच्या झोळीतून त्याने काढलेल्या शिळ्या भाकरीच्या चतकोराकडे मी पाहत राहिलो. जणूकाही त्या तुकड्याला सुवर्णाचा रंग होता, चंदनाचा सुगंध होता! तो आपल्या पिल्लाचा शोध करीत पुढे निघून गेला.

मी घरी परत आलो. शांत चित्ताने झोपी गेलो. माझ्या स्वप्नात मी प्रचंड वणव्यातून पार झालो. भयाण वाळवंट तुडवून माणसांची वस्ती गाठली. खवळलेला महासागर ओलांडला. या प्रत्येक प्रवासाच्या शेवटी मी निरखून पाहिले. फाटक्या सदऱ्याच्या बाहीतून पुढे आलेल्या कृश हाताचे एक चिमुकले बोट मला सुरक्षितपणे पुढे नेत होते!

पूर्व प्रकाशन संदर्भ अनुपलब्ध

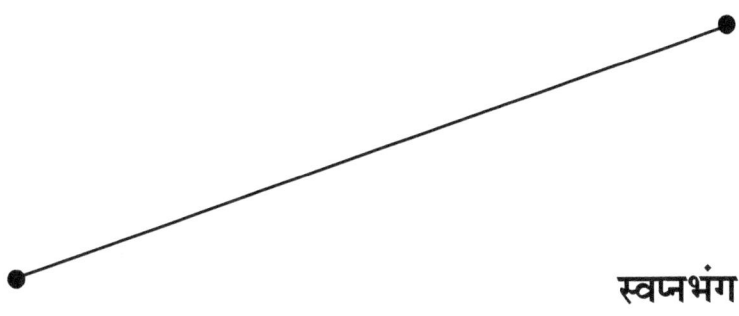

स्वप्नभंग

काळनदीच्या ऐलतटावर मी उभा आहे, वठलेल्या बकुलवृक्षाला टेकून!

साठ उन्हाळ्यांनी माझे अश्रू आटले आहेत. साठ पावसाळ्यांनी माझे रक्त गोठले आहे. साठ हिवाळ्यांचे धुके माझ्या मनात दाटले आहे.

मी या निष्पर्ण वृक्षाच्या आधाराने उभा आहे. टक लावून, पैलतटाकडे पाहत आहे!

मधे ही महानदी वाहत आहे. ही कुठल्या पर्वतात उगम पावते ते कुणालाही ठाऊक नाही. ही कोणत्या समुद्राला जाऊन मिळते, हे कुणालाही कळलेले नाही. युगानुयुगे ती अशीच वाहत आली आहे; युगेच्या युगे ती तशीच वाहत राहणार आहे.

मधेच एखादी प्रचंड लाट उसळते. अगदी माझ्या पायांशी येऊन फुटते. असली एखादी लाट मला केव्हा ओढून नेईल आणि पैलतटावर कुठे नेऊन सोडील, याची मला कल्पना येत नाही. भोवतालच्या रानातली पाखरे किलबिलतात, 'मागं हो वेड्या, मागं हो! ही काळनदी आहे.'

पण मी तसाच उभा आहे. वठलेल्या बकुलवृक्षाला टेकून. पैलतटावर तू क्षणभर दिसशील, या वेड्या आशेने.

पाणी भरण्याचे निमित्त करून तू समोरच्या तीरावर येशील. तुझी कळशी पाण्यावर तशीच तरंगत राहील. तू अनिमिष दृष्टीने या तीराकडे पाहू लागशील.

कदाचित रानफुलांची माळ करण्याच्या मिषाने तू येशील. कदाचित संध्याकाळी महानदीवर एखादा दिवा सोडण्याकरिता येशील. काहीही निमित्त करून तू येशील आणि क्षणभर मला दिसशील. तू आपल्या कटाक्षांची नौका करशील आणि तिच्यात बसून ऐलतीरावर येशील!

ही आशा मनात धरून मी उभा आहे निष्पर्ण बकुलवृक्षाला टेकून!

प्रेमात पडलेल्या मुग्धेसारखी सकाळ गात राहते! संसारात रमलेल्या गृहिणीप्रमाणे

दुपार अबोलपणाने माझ्याभोवती वावरते. वत्सल मातेप्रमाणे संध्याकाळ गोड आवाजाने अद्भुतरम्य गोष्टी सांगू लागते!

पण तू कुठेच दिसत नाहीस! तरी मी तसाच उभा राहतो. या वठलेल्या बकुलवृक्षाला टेकून!

रात्र होते. अंधार पडतो. खूप वेळाने चंद्र उगवतो.

चंद्र प्रेमिकांचा मित्र आहे हे किती खरे आहे!

चांदण्याच्या होडीत बसून मी नदीच्या मध्यभागाकडे येतो. माझ्या हातात वल्ही नसतात! तरी माझी नौका पाणी कापीत असते.

चांदण्याच्या होडीत बसून तू नदीच्या मध्यभागाकडे येतेस- तुझ्या हातात वल्ही नसतात तरी तुझी नौका पाणी कापीत असते.

दोन्ही नौका जवळ येतात. तू आपला हात पुढे करतेस. तो थरथर कापत असतो. तुझ्या हातातील कांकणांचा मंजुळ रव त्या नीरव शांततेत देवालयांतल्या घंटानादासारखा वाटू लागतो!

माझी छाती धडधडते. हा घंटानाद या काळनदीवरल्या कुणा रक्षकाच्या कानी पडला तर? तू आणि मी केलेले हे अतिक्रमण कुणी पाहिले तर?

तुझा हात हातात घेण्याकरिता मी हात पुढे करतो. एकदा एक सुंदर संध्याकाळ माझ्या डोळ्यांपुढे उभी राहते. त्यावेळी मी असाच तुझा हात-

त्या स्मृतीने माझा हात थरथर कापू लागतो. तू तो धरण्याचा प्रयत्न करतेस. पण तुझाही हात कापत असतो. कांकणांची किणकिण वाढू लागते. असंख्य देवालयांतल्या घंटा वाजू लागतात.

मी दचकून पाहतो. निष्पर्ण बकुलवृक्षावर पाखरांचा किलबिलाट सुरू झालेला असतो. मी काळनदीच्या ऐलतटावर उभा आहे हे मला कळते, एका वठलेल्या बकुलवृक्षाला टेकून!

वठलेल्या झाडावर पाखरे कशाला येतात? का किलबिलतात?

दैनिक नवसंदेश (दिवाळी अंक)

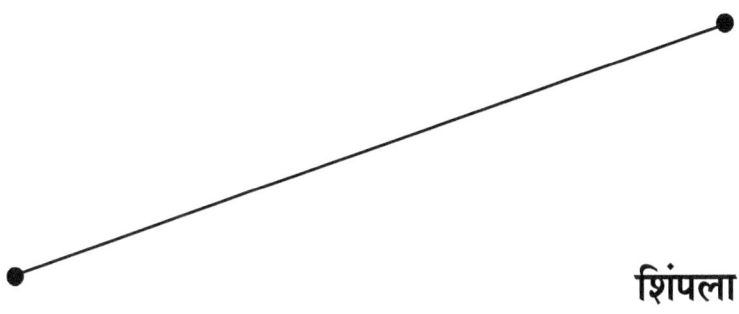

शिंपला

शिंपला काळोखात किनाऱ्यावरल्या वाळूत येऊन पडला. अर्धा उघडा, अर्धा मिटलेला.

आपण कुठे आलो आहो हे त्याला कळेना, कुठून आलो हे आठवेना, कसे आलो हे लक्षात येईना.

त्याचे शरीर शिणले होते. बुद्धी बधिर झाली होती.

त्याने डोळे मिटून घेतले. हा हा म्हणता त्याला गाढ झोप लागली. पाळण्यातल्या मऊ मऊ गादीत झोपी गेलेल्या बालकासारखा दिसत होता तो!

पहाटेच्या थंडगार वाऱ्याने शिंपल्याची झोप चाळविली. डोळे किलकिले करून तो पाहू लागला.

वर अनंत आकाश पसरले होते. त्यात तारका चमकत होत्या. नाना तऱ्हांच्या होत्या त्या. कुणी गंभीर, कुणी खट्याळ; कुणी हसऱ्या, कुणी लाजऱ्या! त्यातली एक धीट चांदणी हळूच वाकून शिंपल्याच्या कानाशी लागली. ती कुजबुजली, ''ओळखलंस मला?''

शिंपला गोंधळला. तिला आपण कुठंतरी पाहिले आहे असे सारखे त्याला वाटत होते, पण कुठे ते आठवेना.

आपल्या केसाच्या बटीनं त्याच्या कानाच्या पाळीला गुदगुल्या करीत चांदणी म्हणाली, ''अरे वेड्या, मी मोती आहे. अजून ओळखलं नाहीस मला?''

''मोती?'' शिंपला आश्चर्याने उद्गारला.

''हो, ज्याला तू पोटाशी घट्ट धरून बसला होतास तो टपोरा मोती.''

''मी बसलो होतो? तुला पोटाशी धरून? कुठं? केव्हा?''

त्या शिंपल्याच्या गालावर आपला नाजूक ओठ फिरवीत चांदणी म्हणाली, ''तिथं, त्या तिथं हा समुद्र पसरला आहे ना त्याच्या तळाशी.''

“समुद्र?” शिंपल्याच्या तोंडून नकळत उद्‌गार निघाला. तो आठवून आठवून पाहत होता. पण त्याला काही काही आठवत नव्हते.

चांदणी सांगत होती, “त्या समुद्राच्या तळाशी बसून बसून तू कंटाळून गेलास. सारखे अंगाला आळोखेपिळोखे देऊ लागलास, तेव्हा तो मोती-”

“म्हणजे- म्हणजे तू-?”

“हो. तो मोती तुझ्या मिठीतून सुटला. त्याला पंख फुटले. उडत उडत तो वर आकाशात गेला. लोक त्याला चांदणी म्हणू लागले.”

हे सारे ऐकून आपल्या मोठेपणाच्या जाणिवेने शिंपला धुंद झाला. त्याने डोळे मिटून घेतले. त्या तंद्रीत कितीतरी वेळ तो गुंग होऊन पडला. त्याच्या मनात एक नवीन वासना निर्माण झाली, “आपल्यालाही आकाशात चमकायला का मिळू नये?” त्याने हाक मारली, “लाडके-”

कुणीच ओ दिली नाही. शिंपल्याने डोळे उघडून पाहिले. आकाशात एकही चांदणी दिसत नव्हती. पूर्वेकडे कुठे गुलाबी, कुठे शेंदरी, कुठे केशरी असा रंगांचा शिडकावा दिसू लागला होता. तो पाहून शिंपला अभिमानाने हसला आणि स्वत:शीच उद्‌गारला, “माझे रंगसुद्धा आकाशानं चोरले की-”

इतक्यात कुणीतरी आपल्याला हाका मारीत आहे असा त्याला भास झाला. त्याने वळून पाहिले. पलीकडेच एक लहानसा खडक मान उंचावून त्याच्याकडे पाहत होता. मऊमऊ वाळूमध्ये, तो खडक कुठून आला हे शिंपल्याला कळेना. त्या खडकावर एक गवताचे चिमणे हिरवेगार पाते डुलत होते. ते तिथे कसे उगवले आणि कसे जगले ते परमेश्वरालासुद्धा सांगता आले नसते. खडक शिंपल्याला हाक मारून म्हणाला, “जरा इकडे येतोस का?”

शिंपल्याने कुऱ्यांने विचारले, “कशाला?” या दगडाशी काय बोलायचे, असाच भाव त्याच्या स्वरात होता.

खडक म्हणाला, “या गवताच्या पात्यावर एक दवाचा थेंब पडलाय. त्याची एकच इच्छा आहे. क्षणभर एखाद्या शिंपल्यात मोत्यासारखं पडून राहावं नि मग सुकून जावं.”

शिंपला उद्‌गारला, “तो थेंब वेडा आहे, तू तर सात वेडा आहेस. मी कोण आहे हे ठाऊक आहे का तुला? माझे सारे मोती चोरून नेऊन देवानं आकाश चांदण्यांनी नटविलं आहे.”

खडक हसला.

त्याचे हसणे ऐकून शिंपला रागावला आणि म्हणाला, “खोटं वाटतं हे तुला? मग आज रात्री तुझी खात्री करून देतो.”

चांदण्या चमकू लागल्या. रात्र पडली. खडकाने शिंपल्याला कितीतरी हाका मारल्या. पण एकाही हाकेचे उत्तर आले नाही. दुपारच्या भरतीच्या लाटा त्याला समुद्राच्या तळाशी घेऊन गेल्या असाव्यात. हे खूप वेळाने त्याच्या लक्षात आले. त्याच्यावरले गवताचे पाते थरथरले. त्या पात्यावर अचानक आकाशातून एक थेंब पडला. तो दवबिंदू नव्हता. पहाट व्हायला अजून अवकाश होता.

श्रीकांत

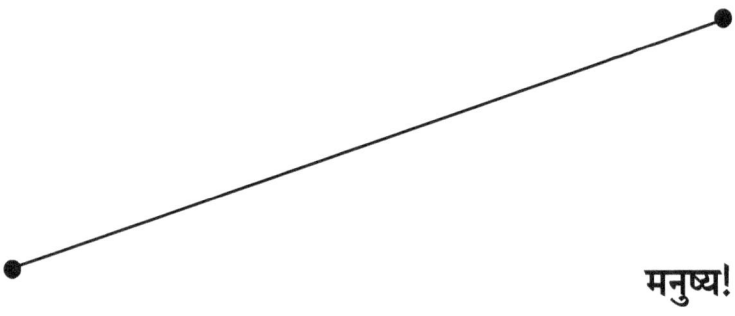

मनुष्य!

वाटाड्यामागून चालता चालता मी शिणून गेलो. या निर्जन, निर्वृक्ष, प्रदेशात पाहण्यासारखं काय असणार या शंकेनं माझ्या मनात थैमान घालायला सुरुवात केली.

खूप खूप वेडीवाकडी वळणं घेऊन लहान लहान टेकड्यांनी फेर धरलेल्या मैदानात शेवटी आम्ही पोहोचलो.

मी समोर पाहिलं. एका भव्य देवालयाचा कळस उन्हात चमचमत होता.

देवालयाचं शिल्प पाहून मी वेडावून गेलो. मानवी बुद्धीची परिसीमा होती ती. काय पाहू आणि किती पाहू असं मला होऊन गेलं. माझी तहानभूक हरपली. त्या सौंदर्याच्या सागरात मी पुन:पुन्हा बुड्या मारीत होतो आणि मोती असलेले शिंपले माझ्या हातांना मिळत होते.

देवालयाच्या आवारात इतस्तत: पसरलेल्या मूर्ती जितक्या सुंदर तितक्याच विविध होत्या. इथं शंकर-पार्वतीच्या समोर रती आणि मदन गळ्यात गळा घालून उभे होते; यशोदेनं बांधून ठेवलेल्या खोडकर बाळकृष्णाच्या शेजारी राधेला मंत्रमुग्ध करणाऱ्या मुरलीधराची मूर्ती पडलेली होती.

मी वाटाड्याला विचारलं, ''हे देवालय कुणी बांधलं?''

''फार जुन्या काळातला कुणी राजा आहे तो, त्याचं नाव पुष्पवर्मा होतं असं काही पंडित म्हणतात. काहींचं मत ते पाषाणवर्मा असावं!''

त्या पंडितांच्या भांडणात पडण्याचं सामर्थ्य माझ्या अंगी नव्हतं. या देवालयाच्या रूपानं अमर झालेला तो राजा कसा असावा याचा विचार करीत मी त्या साऱ्या सौंदर्याचा निरोप घेतला.

पाऊलवाटेने आम्ही परतू लागलो. उजव्या बाजूच्या एका टेकडीकडं बोट दाखवीत वाटाड्या म्हणाला, ''ती टेकडी बघायचीय का?''

"टेकडीत काय बघायचंय? असल्या टेकड्या माझ्या गावापाशीसुद्धा आहेत.''

"टेकडी साधी नाही दादा. तिथं कुठंही थोडंसं खणलं की, माणसांची हाडं लागतात हाताला!''

"या टेकडीवर जुन्या काळी एखादी मोठी लढाई झाली असेल! तिच्यात खूप माणसं मारली गेली असतील! त्यांची हाडं असतील ती.''

"छे! छे! लढाईबिढाई कधीच झाली नाही इथं. हे देऊळ बघितलं ना आपण? त्या वेळचीच गोष्ट आहे ही. राजानं देऊळ बांधायला घेतलं त्यासाठी तो इथं तळ ठोकून बसला, पण त्याचवर्षी त्याच्या राज्यात दुष्काळ पडला. माणसं अन्नाला महाग झाली. हजारो गोरगरीब राजाला साकडं घालण्याकरिता इथं आले. धरणं धरून बसले.''

राजा होता कोपिष्ट! त्यानं सेनापतीला हुकूम दिला. 'महाराज, अन्न द्या, महाराज, अन्न द्या!' असं ओरडणाऱ्या त्या सर्वांची तोंडं या 'टेकडी'वर बंद झाली!

वाटाड्या बोलायचा थांबला. मागं पडलेलं देऊळ आणि पुढं दिसणारी ती टेकडी यांच्याकडं मी आळीपाळीनं पाहत राहिलो. ब्रह्मदेवाच्या प्रयोगशाळेवरला काळाकुट्ट पडदा क्षणभर हलला. पुन्हा स्थिर झाला. पण त्या क्षणात एक विलक्षण दृश्य मला दिसलं- एका बलाढ्य अक्राळविक्राळ राक्षसाची एका नाजूक रूपसुंदर अप्सरेशी प्रणयक्रीडा चालली होती.

पूर्व प्रकाशन संदर्भ अनुपलब्ध.

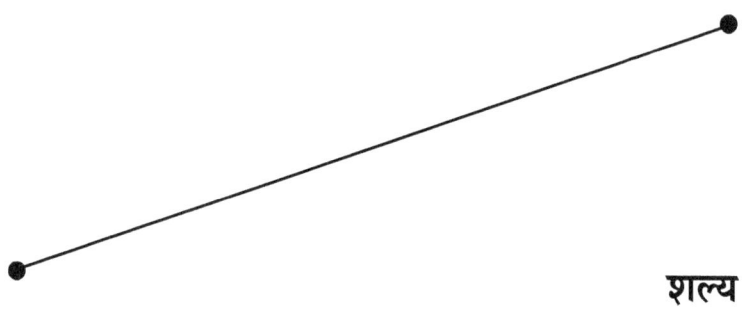

शल्य

सारं चराचर जग विसावलं आहे की नाही हे नक्षत्रांच्या नेत्रांनी पाहत निद्रादेवी चालली होती. नगरापासून दूर अंतरावर नव्यानं बांधलेल्या विशाल राजवाड्यापाशी ती थांबली. त्याच्या प्रवेशद्वाराकडं तिनं निरखून पाहिलं. घटिकांचे टोले मारणारा पहारेकरीसुद्धा पेंगुळला होता. क्षणार्धात तो दचकून जागा झाला; उठला. मध्यरात्रीचे टोले द्यायला त्यानं सुरुवात केली. सभोवतालच्या शांत परिसरातून त्या टोल्यांचे प्रतिध्वनी ऐकू येऊ लागले.

नगराकडून राजवाड्याकडं येणाऱ्या सुंदर प्रशस्त मार्गाकडं निद्रादेवी वळली. तो शांत गाढ झोपला असेल. दिवसा राजदर्शनाला येऊन गेलेल्या प्रतिष्ठित पुरुषांची आणि कमनीय रमणींची स्वप्नं त्याला पडत असतील अशी तिची कल्पना होती. पण तो जागाच आहे हे पाहून तिला आश्चर्य वाटलं.

अंगाई गीत आळवणाऱ्या आईच्या स्वरात तिनं त्याला प्रश्न केला, ''अरे वेड्या, अजून जागा आहेस तू? नगरातले दिवसा गजबजलेले रस्तेसुद्धा आता शांत झाले आहेत. तू तर नव्या राजवाड्याकडचा नवा रस्ता. यावेळी चिटपाखरूसुद्धा इकडं फिरकत नाही. असं असून तुला झोप का येत नाही? इतर मार्गांवर रहदारी असते. खेड्यापाड्यांतल्या वाटांवर काटेकुटे असतात, खाचखळगे असतात. विश्रांतीच्या आड येणाऱ्या या सर्व गोष्टींपासून तू मुक्त आहेस. असं असून तुझा डोळ्याला डोळा का लागत नाही?''

''खरं सांगू?''

''हं.''

तो प्रशस्त सुंदर राजमार्ग उद्गारला, ''दिवसा माझ्यावरून राजवाड्याकडं अनेक माणसं जातात. कुणी पायी, कुणी वाहनातून. त्या सर्वांची मनोगतं मला कळतात. राजवाड्याकडं जाणाऱ्या त्या माणसात खुशमस्करे असतात, स्वार्थसाधू असतात, लाचार लोक असतात, राजनिष्ठेची नाटकं करीत जाणारे स्त्रीपुरुष

असतात. राजाराणींची स्तुतिस्तोत्रं लिहून बिदागी मिळविणारे कवी असतात; पण खरा माणूस सहसा आढळत नाही.

"रात्र पडली, राजवाड्याकडली रहदारी थांबली म्हणजे दिवसा पाहिलेली माणसं, ऐकलेली संभाषणं आणि त्या माणसांची क्षुद्र मनं मला आठवू लागतात. मग माझी झोप उडून जाते. नकळत मला हेवा वाटू लागतो."

निद्रादेवीनं आश्चर्यानं विचारलं, "हेवा? जगातल्या साऱ्या वाटांनी आणि मार्गांनी हेवा करावा इतका सुंदर तू आहेस. असं असून तुला हेवा वाटतो? कुणाचा? कशासाठी?"

राजमार्ग शांतपणानं उत्तरला, "मला फुटणाऱ्या तीन पाऊलवाटांचा. नगराच्या बाजूनं संध्याकाळी एक जोडपं फिरायला येतं. माझ्यावरून चालायला लागतं. तो असतो कारकून. त्याची पत्नी असते दहाजणींसारखी. पण ती दोघं चालत असतात राजाराणींच्या ऐटीत. मला ते दृश्य सारखं बघत राहावंसं वाटतं. पण पहिल्याच पाऊलवाटेनं ती दोघं बाजूला वळतात. उजवीकडं दूरवर असलेल्या रानाकडं जातात. तिथं ती काय बोलत असतील? कशी हसत असतील? प्रेमाची देवाणघेवाण करून आपल्या संसाराला कशी गोडी आणत असतील? हे सारं सारं पाहावं नि ऐकावं असं मला फार फार वाटतं. रानाकडं जाणारी ती पाऊलवाट माझ्यापेक्षा अधिक भाग्यवान आहे."

राजमार्गानं मोठा सुस्कारा सोडला आणि तो बोलायचा थांबला.

निद्रादेवीचं कुतूहल आता जागृत झालं होतं. तिनं प्रश्न केला, "जिचा तुला हेवा वाटतो अशी दुसरी पाऊलवाट कोणती?"

राजमार्ग सांगू लागला, "एखाद्या दिवशी भरदुपारी एक मनुष्य नगराकडून इकडं येतो. अगदी सामान्य दिसणारा. त्याचं लक्ष माझ्याकडं नसतं. तो स्वत:शीच काहीतरी गुणगुणत असतो. त्यातली एखाददुसरी ओळ माझ्या कानावर पडते आणि हजारो फुलांचा सुगंध यावा तसा भास मला होतो. त्याचं ते सारं मनातलं गाणं ऐकायला माझा जीव आसुसतो. पण तो पुढं राजवाड्याकडं येत नाही. दुसऱ्या पाऊलवाटेनं पलीकडल्या माळावर तो जातो. तिथं एक जुनं पडकं देऊळ आहे; त्याच्या एखाद्या फुटक्या पायरीवर तो बसत असेल आणि मनातलं गाणं मनासारखं होईपर्यंत त्याला बाहेरच्या कावळ्यांप्रमाणं पोटातल्या कावळ्यांचीही शुद्ध राहत नसेल. परत येताना मनासारखं झालेलं ते गाणं तो मोठ्यानं म्हणत येतो. ते त्याच्या पाऊलवाटेला छान ऐकू येत असावं, मला मात्र ते ऐकू येत नाही. राजमार्गापाशी आल्यावर तो एकदम मुका होतो आणि जाणाऱ्यायेणाऱ्या ऐटबाज पोशाखातल्या माणसांकडं ढुंकूनही न पाहता नगराच्या दिशेनं झपाझप चालू लागतो."

राजमार्गाचं बोलणं थांबताच निद्रादेवीनं प्रश्न केला, ''जिचा तुला हेवा वाटतो अशी तिसरी पाऊलवाट कोणती?''

राजमार्ग उत्तरला, ''ती या दुसरीच्या थोडी पुढं आहे. एक संन्यासी पहाटेच नगराकडून इकडं येतो. त्याचं स्तोत्रपठण पाखरांच्या किलबिलाटाहूनही अधिक गोड वाटतं मला. पण या तिसऱ्या पाऊलवाटेनं तो दूरच्या एका टेकडीकडं जायला वळतो. त्याचे पवित्र, गंभीर शब्द हळूहळू ऐकू येईनासे होतात, सूर्योदयाच्या वेळी त्या टेकडीवरल्या शिवालयात जाऊन देवापाशी तो संन्याशी आपलं जे मनोगत प्रकट करीत असेल ते एकदा तरी ऐकावं असं मला फार फार वाटतं. पण-''

राजमार्गाचा कंठ दाटून आला होता. त्याचं सांत्वन कसं करावं हे निद्रादेवीला कळेना. ती मुकाट्यानं पुढं चालू लागली.

राजस (दिवाळी अंक)

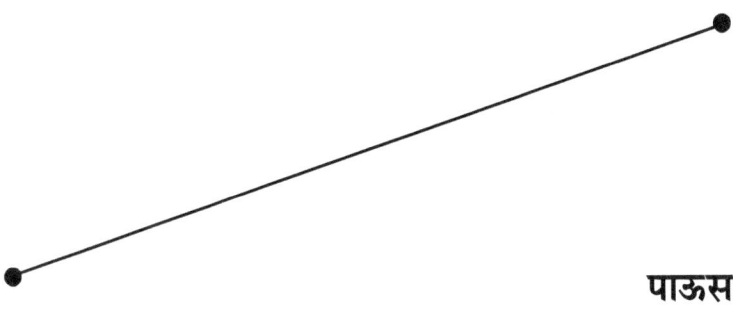

पाऊस

आकाशात काळ्या ढगांचे समुदाय जमू लागले. जणूकाही शिलंगणाच्या स्वारीकरिता सज्ज केलेले हत्तीच होते ते!

मेघगर्जना झाली, नौबत झडू लागली. वीज चमकली; गजराजाच्या मस्तकावर ध्वज झळकू लागला. सीमोल्लंघनाकरिता स्वर्गातले सर्व देव सज्ज झाले होते. त्यांनी लुटलेले सोने पावसाच्या रूपाने पृथ्वीला मिळणार होते.

अगदी लहान मुले अंगणात गात गात नाचू लागली, 'ये रे ये रे पावसा, तुला देतो पैसा. पैसा झाला खोटा, पाऊस आला मोठा.'

मोठी मुले आनंदित झाली. मोठा पाऊस आला की, शाळेला सुटी मिळते असा अनुभव होता त्यांचा.

घरोघर बायकांनी आकाशाकडे डोळे लावले. पाऊस आला की, विहिरींना पाणी येईल. आपले पाण्याचे हाल संपले म्हणून त्या आनंदित झाल्या.

माहेरी जायला आसुसलेल्या सासुरवाशिणीने गाडीच्या खडखडाटाकडे कान लावून बसावे, त्याप्रमाणे शेतकरी आभाळातला गडगडाट ऐकत होते. अगदी वेळेवर पाऊस पडणार आणि आपले शेत पिकणार या कल्पनेने त्यांचा आनंद गगनात मावेनासा झाला होता.

एक कवीही आकाशातल्या या सीमोल्लंघनाच्या समारंभाकडे आनंदाने पाहत होता. मात्र या आनंदाचे कारण त्याचे त्यालासुद्धा कळत नव्हते. लहान मुलाप्रमाणे अंगणात जाऊन 'ये रे ये रे पावसा' म्हणत आपणही नाचावे असे त्याला वाटत असावे.

त्या दिवशी शाळेला सुटी मिळाली. त्या पावसाळ्यात विहिरी अगदी तुडुंब भरल्या होत्या. त्या वर्षी शेतकऱ्यांना अर्धपोटी राहण्याचा प्रसंग आला नाही.

दुसरा पावसाळा आला. तो इतकासा सुखदायक नव्हता. मागच्या पावसाची आठवण सर्वांनाच झाली.

तिसऱ्या पावसाळ्याने दुसऱ्या पावसाळ्याचे दु:ख, पहिल्या पावसाळ्याची आठवण नाहीशी करून टाकली.

अनेक पावसाळे गेले. पिढ्या लोटल्या. त्या पावसाची आठवण काळपुरुषसुद्धा विसरून गेला. मात्र 'सीमोल्लंघन' नावाची पावसावरली एक गोड कविता अजूनही लोक आवडीने गातात.

पूर्व प्रकाशन संदर्भ अनुपलब्ध

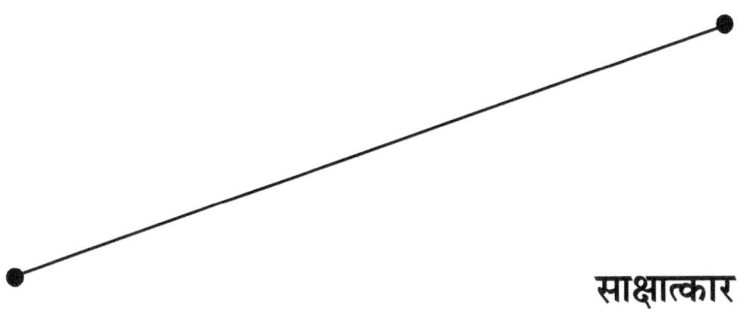

साक्षात्कार

संन्याशाने डोळे उघडून पाहिले. त्याच्यापुढे वीस वर्षांची एक सुंदर तरुणी उभी होती. तिच्या मुखमंडलाभोवती विखुरलेला मुक्त केशकलाप मोठा मनोहर भासत होता. चंद्रोदय होताच पांगू लागणाऱ्या कृष्णमेघमालेसारखा दिसत होता तो! किती लांब, किती दाट, किती नाजूक, किती काळेभोर केस होते ते!

त्या अनोळखी तरुणीकडे टक लावून पाहता पाहता संन्याशाच्या मनात आले, 'अमावास्येचा केशकलाप चांदण्यांनी किती शोभिवंत दिसतो! हिच्या केसांत सुंदर सुंदर फुलेसुद्धा तशीच-'

आपल्या मनाचे वासरू वारा प्याल्यासारखे स्वच्छंद हुंदडू लागले आहे हे त्याला जाणवले. त्याचा मुक्त आत्मा त्या मनाला म्हणाला, 'तू काशीत काव्य पढत होतास तेव्हा असल्या कल्पना करणं ठीक होतं. पण आता तू संन्यस्त झाला आहेस. विरक्तीचा आदर्श म्हणून तू या मठाच्या अधिपतीचं स्थान भूषवीत आहेस. शेकडो स्त्री-पुरुषांना मायाजाळांतून मुक्त होण्याचा मार्ग दाखवीत आहेस. सुंदर केस, सुंदर चांदण्या, सुंदर फुलं ही सर्व माया आहे.'

अभिवादन करून हात जोडून ती तरुणी विनम्रपणे समोर उभी होती.

संन्याशाने विचारले, "वत्से, काय हवंय तुला?"

"शांती- मनाची शांती!"

"मायामोहांनी भरलेल्या या संसारात शांती कशी मिळणार? संन्यास हाच शांतीचा एकुलता एक मार्ग आहे."

ती तरुणी म्हणाली, "महाराज, आपण सांगाल त्या मार्गानं मी जायला तयार आहे."

"हा मार्ग बिकट आहे बाळ!"

"असू दे. माझ्या आजच्या जीवनापेक्षा मृत्यूसुद्धा अधिक सुखकारक असेल."

"विचार कर. वत्से, अजून विचार कर."

''महाराज, आपली कीर्ती ऐकून फार दुरून मी आले आहे. आपल्या पायांची शपथ घेऊन सांगते-'' बोलता बोलता ती वाकली आणि त्यांच्या पावलांना स्पर्श करू लागली.

पाय झटकन मागे घेत संन्यासी उद्‌गारला, ''अं हं! तू अजून व्रतस्थ झालेली नाहीस. संन्यासिनी झाल्यावर मग तुला माझ्या पावलांना स्पर्श करता येईल.''

''मी काय करू ते सांगा मला महाराज.''

''मधात माशी अडकून पडते ना? तसा मनुष्य या जगातल्या उपभोगात गुंग होऊन जातो. शरीरपूजेत तो जीवनाचं सार्थक मानू लागतो. तो परमेश्वराला विसरतो, आत्मज्ञानाला मुकतो. आत्मज्ञानाशिवाय मन:शांती नाही. तुला शांती हवी असेल तर उपभोगापासून दूर राहा. आपला हात आणि लाकूड, आपले डोळे आणि कोळसे, आपले केस आणि गवत यात काडीचंही अंतर नाही. हे पहा. पहायला शीक. तुझे हे 'केस' हे केस नाहीत. हे मायेचं जाळं आहे, मुली. तू इथं मठात चार दिवस राहा. इथला जीवनक्रम पाहा. पाचव्या दिवशी तू मुंडनाला तयार असलीस तर-''

''पाचव्या दिवशी कशाला? आज- आता-''

संन्याशाने डोळे मिटले. हाताने तिला निघून जाण्याची खूण केली. त्याची ध्यानधारणेची वेळ झाली होती.

पण त्या ध्यानातही ती तरुणी त्याला दिसू लागली. त्याने डोळे उघडून पाहिले. ती कुठेच नव्हती! त्याने पुन्हा डोळे मिटले. ती त्याला दिसू लागली. जणू अदृश्य रूपाने ती त्याच्या भोवती वावरत होती.

मध्यरात्री संन्यासी आपल्या व्याघ्रासनाच्या शय्येवरून दचकून जागा झाला. एक विचित्र स्वप्न पडले होते त्याला! काशीला काव्य पढत असताना असली स्वप्ने त्याला पडत असत. पण आता- विरक्तीत इतका काळ कंठल्यानंतर- जगाला परमशांतीचा मार्ग दाखविण्याचा मार्ग प्राप्त झाल्यावर-

तो ते स्वप्न विसरण्याचा प्रयत्न करू लागला. पण आईने रागाने दूर ढकललेले मूल जसे तिला अधिक अधिक चिकटू लागते, तसे ते स्वप्न त्याच्या मनाला बिलगू लागले.

मोठे विलक्षण स्वप्न होते ते. त्या स्वप्नात ती सुंदर केसांची तरुणी संन्याशाच्या छातीवर मस्तक ठेवून स्फुंदत होती. तिचे सांत्वन करण्याकरता तो तिच्या केसांवरून हात फिरवीत होता. किती मृदू, किती नाजूक केशकलाप होता तो!

अर्धवट तंद्रीत ते स्वप्न पुन:पुन्हा त्याला गुदगुल्या करू लागले. शेवटी त्या गुंगीतच त्याच्या मुक्त आत्म्याने त्याच्या मनाची समजूत घातली- 'त्या

दुःखी तरुणीला वात्सल्याने पोटाशी धरण्यात कसलं पाप आलं आहे? स्वप्नात तू तिच्या केसांवरून हात फिरविलास, तो तिचं सांत्वन करण्याकरता. अशा स्पर्शातून माणसाला जो धीर मिळतो, तो ब्रह्मज्ञानाच्या ग्रंथांतूनसुद्धा त्याला लाभत नाही.'

दुसरा दिवस आला आणि गेला. तिसऱ्या दिवशीचा सूर्य पूर्वेकडं उगवला आणि पश्चिमेकडं मावळला. चौथा दिवस उजाडला. ती तरुणी नित्यनियमाप्रमाणे महाराजांच्या दर्शनाला आली. नमस्कार करून ती निघून गेली. पण ती आपल्या समोरून निघून गेली आहे हे त्या संन्याशाला खरेच वाटेना. सावली जशी माणसाची पाठ सोडीत नाही तशी ती त्याच्या डोळ्यांपुढून हलेना!

मध्यरात्र झाली. पण संन्याशाला झोप येईना. एक सेवक-शिष्य दारात पेंगुळलेल्या स्थितीत उभा होता. गुरूमहाराज व्याघ्रासनावर लवंडल्याखेरीज आपण झोपायचे कसे या विवंचनेत होता तो. आज गुरूमहाराजांना काहीतरी नवा साक्षात्कार होत असावा, असे तो आपले समाधान करून घेत होता.

संन्यासी शिष्यापाशी आला आणि म्हणाला, ''परवा एक तरुणी मठात आली आहे ना?''

''हो.''

''जा. तिला घेऊन ये.''

''आता? अशा अवेळी?''

''हो. आत्ताच्या आता. असा वेड्यासारखा बघत काय उभा राहिला आहेस? नुकताच मला एक दृष्टान्त झालाय!''

''कसला?''

''ती तरुणी कोणी सामान्य स्त्री नाही. मी मूर्तिमंत आदिमाया आहे. आपलं भाग्य फार मोठं म्हणून ती या मठात आली. जा, धावत जा.''

ती तरुणी लगबगीने आली. महाराजांनी सांगितलं त्याप्रमाणे त्यांच्यासमोर बसली. गुरूच्या आज्ञेप्रमाणं शिष्यानं दार लावून घेतलं.

संन्याशाची मुद्रा प्रक्षुब्ध दिसत होती. आपल्या हातून काय चूक झाली आहे हे त्या तरुणीला कळेना. तो तिच्याजवळ येऊन किंचित घोगऱ्या स्वरात म्हणाला, ''माझी मोठी चूक झाली. मी तुला ओळखलं नाही. आताच मला साक्षात्कार झाला. तू आदिमाया आहेस. तुझा हा सुंदर केशकलाप- हे मायेचं जाळं नाही. ही तुझी स्वच्छंद लीला आहे.'' बोलता बोलता तो तिच्या केसावरून हात फिरवू लागला.

ती तरुणी चमकली. तो स्पर्श तिच्या ओळखीचा होता. त्याने तिच्या हृदयाच्या

अनेक जखमा क्षणार्धात उघड्या केल्या होत्या. त्या स्पर्शाची किळस येऊन तर तिने या मठाकडे धाव घेतली होती.

ती ताडकन उठली आणि दार उघडून चालू लागली. ''आदिमाये, आदिमाये, अशी क्रुद्ध होऊ नकोस!'' असे म्हणत संन्यासी तिच्या मागून बाहेर आला.

डिवचलेल्या नागिणीप्रमाणे चटकन वळून ती तरुणी म्हणाली, ''मी आदिमाया नाही. मी एक स्त्री आहे.''

शिष्य गडबडीने पुढे आला आणि म्हणाला, ''असं कसं होईल माताजी? आपण आदिमायेचा अवतार आहात, असा गुरूमहाराजांना मघाशीच साक्षात्कार झालाय.''

ती तिरस्कारपूर्ण स्वराने उत्तरली, ''मलाही आता एक साक्षात्कार झालाय.''

''कसला?'' शिष्याने मोठ्या उत्सुकतेने प्रश्न केला.

''तुझा गुरू पशू आहे हा!''

साहित्य लक्ष्मी

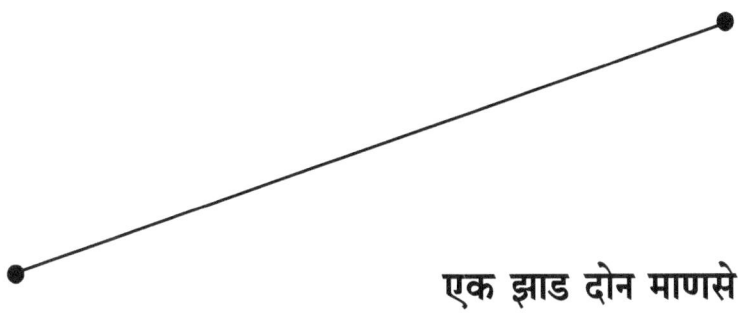

एक झाड दोन माणसे

खूप खूप वेळ तो वणवण फिरला. पण त्या रानात वठलेलं झाड त्याला कुठं दिसेना. जिवंत झाडावर कुऱ्हाड चालवायला त्याचं मन तयार होईना. खांद्यावरली कुऱ्हाड खांद्यावर तशीच राहिली!

घर कोस-दीड कोस दूर राहिलं होतं. पण भुकेनं कोमेजून गेलेल्या कच्च्याबच्च्यांचा आक्रोश रानातही त्याला ऐकू येत होता.

शेवटी एका नागमोडी पाऊलवाटेनं तो पुढल्या किर्र जंगलात शिरला. आणि- पुढल्याच वळणावर वर देण्याकरिता उभ्या असलेल्या देवाप्रमाणं एक वठलेलं झाड त्याला दिसलं. भला मोठा वृक्ष असावा तो पूर्वी. पण आता तो खंगून गेलेल्या म्हाताऱ्यासारखा दिसत होता. एक पिवळं पानसुद्धा त्याच्यावर हलत नव्हतं, हसत नव्हतं.

मनाच्या अंधारात वीज चमकली. लाकूडतोड्याला आपलं लहानपण आठवलं. बापाबरोबर या जागी एकदा आला होता तो. आभाळाचा तवा खूप खूप तापला होता. घशाला कोरड पडली होती. या झाडाच्या गारगार सावलीनं त्यावेळी तो सुखावला होता. आईच्या पदराखाली बाळ झोपी जावं तसा त्या थंडगार सावलीत विसावला होता.

हे झाड त्यावेळी सिंहासनावर बसलेल्या राजासारखं शोभिवंत दिसत होतं. पण आज तो राजा भिकारी बनला होता.

हे सारं सारं मनात येऊन तो चुटपुटला, हुरहुरला. पण हुरहुरत बसायला त्याला वेळ नव्हता, घरातल्या पोराबाळांच्या पोटात आज काहीतरी पडायलाच हवं होतं.

त्या झाडाला त्यानं भक्तिभावानं दंडवत घातला. मग त्याची एक फांदी तोडण्याकरता तो झाडावर चढला. क्षणार्धात साऱ्या जंगलातून प्रतिध्वनी ऐकू येऊ लागला- ठक्- ठाक- ठोक! ठक- ठाक- ठोक!

ठक- ठाक- ठोक या संगीतात तो देहभान विसरून गेला. पण त्याची ही समाधी एकदम भंग पावली. त्याच्या कानांवर मोठ्या आवाजातले शब्द पडले, "थांब, अरे वेड्या, थांब!"

माणसाचा हासभास कुठंच नव्हता. त्याचं देवभोळं मन भयभीत झालं. या झाडावर एखादं भूतपिशाच तर राहात नसेल ना? हे शब्द त्याचेच असतील काय?

पण विचार करायला वेळ कुठं होता? डोळ्यांपुढं घरातली चिल्लीपिल्ली उभी राहिली. सुकलेल्या चेहऱ्यांची, बापाच्या वाटेकडं आशाळभूतपणानं पाहणाऱ्या डोळ्यांची.

फांदीवर पुन्हा घाव घालायला त्याची कुऱ्हाड वर गेली. इतक्यात अगदी जवळून त्याच्या कानी शब्द पडले, "हात मागं घे, वेड्या माणसा. हात मागं घे."

त्यानं निरखून पाहिलं. एक सुंदर पोशाख केलेला, केस चापूनचोपून बसवलेला रुबाबदार मनुष्य त्याच्याकडंच येत होता. तो अगदी जवळ आला आणि सनईसारख्या गोड आवाजानं म्हणाला, "माझ्या मित्रा, या जंगलातलं कुठलंही झाड तोड तू. पण या वृक्षराजाला धक्का लावू नको हे माझं झाड आहे."

"तुझं? हे झाड तू लावलं होतंस? का तुझ्या बापानं?"

"असंस्कृत माणसा, तुझ्या या बोलण्याच्या पद्धतीबद्दल मी तुला क्षमा करतो. या झाडाशी माझं अगदी जवळचं नातं आहे. माझी पहिली कविता मला स्फुरली ती याच्याच सहवासात. मी आणि माझी सखी अनेकदा इथं विसावलो आहोत. आमच्या प्रीतीचा हा मुका साक्षीदार आहे. माझी सखी आता या जगात नाही. तिची आठवण म्हणून मी तुला प्रार्थना करतो-"

झाडावरून लाकूडतोड्या उत्तरला, "ए बाबा, तू काय म्हणतोस ते काही कळत नाही मला. हे बघ, हे एक वठलेलं झाड आहे. ही माझी कुऱ्हाड आहे. घरात माझी पोरं उपाशी आहेत."

"अरे वेड्या, तुझ्या दृष्टीनं हे झाड वठलं असेल. माझ्या डोळ्यात पडलेलं त्याचं हिरवंगार प्रतिबिंब पाहा. कवीच्या दृष्टीनं जरा जगाकडं पाह्यला शिक. अरे, हे वठलेलं झाड नाही! सुंदर स्मृतींनी उजळलेली दीपमाळ आहे ही. माझ्या कितीतरी सुखद आठवणी या झाडाभोवती पिंगा घालताहेत. सुरंगीच्या वळेसराभोवती भुंगे गर्दी करतात ना, तशा! म्हणून तुला माझी नम्र विनंती आहे-"

या न समजणाऱ्या शब्दांचा लाकूडतोड्याला वैताग आला. तो रागानं उद्गारला, "माझ्या बायलेभोवती घरात चिल्ल्यापिल्यांनी आकांत मांडला असेल! 'आये, भूक लागली, आये भूक लागली' म्हणून ती ओरडत असतील. एका

मोळीपुरती लाकडं आत्ताच्या आता गोळा केली पाहिजेत मला. मग ती मोळी बाजारात नेऊन विकायची- मग मीठ-मिरची विकत घ्यायची. तुझ्याशी बोलत बसायला वेळ नाही मला बाबा.''

त्यानं फांदीवर घावामागून घाव घालायला सुरुवात केली- ठक- ठाक- ठोक, ठक- ठाक- ठोक.

कवीच्या डोळ्यांतून टिपं गळू लागली- टप- टप- टप!

उत्तम

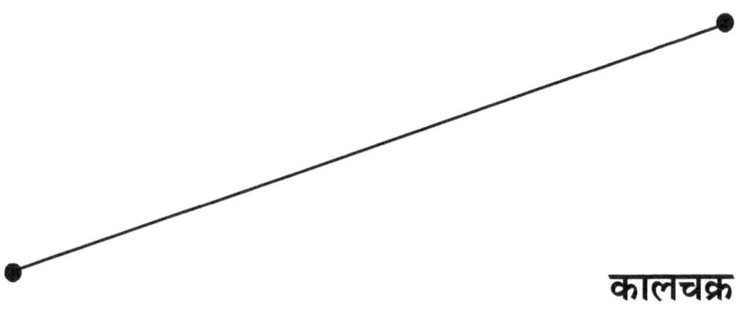

कालचक्र

पर्वताच्या कुशीत विसावलेली ती वनराई प्रवाशाला फार आवडली, काळोखात आपण किती काळ चालत होतो हे त्याचं त्याला सांगता आलं नसतं. चालून चालून तो थकला होता.

प्रवाशानं भक्तिभावानं समोर पाहिलं. उगवत्या सूर्यनारायणास नमस्कार केला. वनराई गर्द होती. राईत डोकावून पाहणारं कोवळं ऊन चांदण्यासारखं शीतल भासत होतं.

वनराईच्या बाजूनं एक झरा गात वाहत चालला होता. एका क्षणी त्याची खळखळ स्पष्ट ऐकू येई. दुसऱ्या क्षणी त्याची झुळझुळ मंदपणे कानावर पडे.

प्रवाशाला वाटलं, तप:श्चरणाला योग्य असं स्थळ आहे हे- शांत, निवांत.

पर्णकुटिका उभारून त्यानं ध्यानधारणा आरंभली. झऱ्याच्या झुळझुळण्यात त्याचे मंद, गंभीर मंत्रोच्चार मिसळून एकजीव होऊ लागले.

त्याचं पुरश्चरण वाढलं. तपस्वी ऋषी अशी त्याची आसमंतात ख्याती झाली. त्याच्या ध्यानधारणेचा भंग होऊ नये म्हणून राईतल्या पायवाटेऐवजी बाहेरच्या वाटेनं लोक जाऊ-येऊ लागले.

नित्यनेमाप्रमाणे एके दिवशी पहाटे तो झऱ्यावर स्नानाकरता गेला. अकस्मात त्याच्या कानांवर शब्द पडले, ''कुठं वाजताहेत हे पैंजण, कोण नाचतंय इथं?''

ऋषीनं चोहींकडं पुन:पुन्हा पाहिलं. त्याला अवतीभोवती कुणीही दिसेना. राई निर्मनुष्य होती. जणू एका अदृश्य शक्तीनं ते शब्द उच्चारले होते.

ती आकाशवाणी आहे असं वाटून वर पाहत तो उद्‌गारला, ''झऱ्याची खळखळ आहे ही. इथं पैंजण कुठून येणार?''

ऋषीच्या कानावर केवळ एक मधुर हास्य पडलं- आईशी खेळणाऱ्या बालकाच्या हास्यासारखं.

हरणाचा पाठलाग करीत आलेल्या एका राजाला ही वनराई फार आवडली. राजकीय काथ्याकुटाला कंटाळलेल्या त्याच्या कानांना झऱ्याची झुळझुळ शक्तिदेवतेच्या गोड गीतासारखी भासली.

त्याच्या मनात आलं, या राईत एक सुंदर वास्तू बांधावी, अशा शांत-निवांत जागी आपल्या प्रिय नर्तिकेच्या पैंजणाचा मधुर ध्वनी ऐकत काळ कंठावा. कलह, संघर्ष, युद्ध इत्यादींनी विस्कटून गेलेलं आपलं मन सावरावं.

राईत ऋषीच्या समाधीजवळच एक सुंदर वास्तू उभी राहिली. समाधीला फुलं वाहण्याकरता येणाऱ्या लोकांची ये-जा बंद झाली. वार्धक्याकडं झुकलेला राजा आपल्या प्रेयसीसह तिथं दिवसच्या दिवस घालवू लागला. झऱ्याच्या झुळझुळीत पैंजणाचे बोल मिसळू लागले.

एका रात्री राजाला भयंकर स्वप्न पडलं. यमदूत आपल्या शयनगृहाचा दरवाजा ठोठावीत आहे, असा त्याला भास झाला. तो अस्वस्थ होऊन उठला. महालाच्या चार भिंती जवळजवळ सरकत आहेत असं त्याला वाटू लागलं.

भयभीत होऊन तो बाहेर पडला. झऱ्याच्या काठी येऊन बसला.

अकस्मात त्याच्या कानांवर शब्द पडले, 'हा कसला गोंगाट? हा धडधडाट-खडखडाट' तो दचकला.

तो लगबगीनं उठला. त्यानं चोहीकडं पाहिलं. माणसाची चाहूल कुठंच ऐकू येत नव्हती. त्याला शंका आली. शत्रूनं पाठविलेले मारेकरी इथं कुठं दडून बसले असतील काय? आपण ऐकलेले शब्द हे त्यांचे कुणाचे शब्द नसतील ना?

त्याचं मन शंका-कुशंकांनी भरून गेलं.

धीर करून तो उत्तरला, "इथं गोंगाट कुठं आहे? धडधडाट-खडखडाट काही काही मला ऐकू येत नाही. फक्त झऱ्याची झुळझुळ-"

उत्तरादाखल विचित्र हास्य राजाच्या कानांवर पडले- मद्यपानानं तर्रर झालेल्या तरुणाच्या हास्यासारखं!

एका उद्योगपतीला ती वनराई फार आवडली. त्या भूमीत मौल्यवान खनिजांचे साठे आहेत असं अनेक शास्त्रज्ञांनी त्याला सांगितलं होतं.

त्यानं ती सारी जागा संपादन केली. निर्मनुष्य राई निर्वृक्ष झाली. ऋषीची समाधी आणि राजांची वास्तू यांच्या मोडक्यातोडक्या अवशेषाचं क्षणार्धात उच्चाटन झालं.

उत्खनन वेगानं सुरू झालं. भूमीच्या पोटात शिरून तिनं ठेवलेली रहस्यं बाहेर काढण्याकरता लहान-मोठी यंत्रं रात्रंदिवस खाड-खाड, धाड-धाड आवाज करीत फिरू लागली. तो शांत-निवांत भू-भाग कर्णकठोर नाद-निनादांनी भरून गेला, हिंस्त्र पशूंच्या आरोळ्यांनी एखादं अरण्य भरून जावं तसा! या नव्या समुद्रमंथनातून

कोणकोणती रत्ने आपल्या हाती पडतात याची उद्योगपती उत्कंठेनं वाट पाहू लागला.

पण एके दिवशी मध्यरात्री सर्व यंत्रं अकस्मात मुकी झाली. उद्योगपतीच्या एकुलत्या एक मुलानं आत्महत्या केल्याची वार्ता येऊन थडकली होती. एका लावण्यवतीवर त्याचं प्रेम बसलं होतं. तिला सहज विकत घेता येईल अशी त्याची कल्पना होती. पण कानांवर बसलेली माशी उडवून टाकावी त्याप्रमाणं तिनं त्याचं प्रेम झिडकारून टाकलं होतं. तो आघात असह्य होऊन त्यानं आत्मघात करून घेतला होता.

उद्योगपती दाटून आलेल्या कंठानं येरझाऱ्या घालू लागला.

वैभवशिखरावर विहार करणाऱ्या पुत्रपौत्रांची त्यानं उराशी बाळगलेली स्वप्नं क्षणार्धात भंगून गेली होती.

लाडक्या मुलाच्या, लहानपणापासूनच्या अनेक मूर्ती त्याच्या डोळ्यापुढं नाचू लागल्या- रांगणारी, भीतभीत एकेक पाऊल टाकणारी, दुडुदुडु धावणारी, आकाशातल्या नक्षत्रांचा हट्ट धरणारी, प्रत्येक मूर्तीचं दर्शन हे त्याच्या काळजात खुपसलं जाणारं विषारी भाल्याचं धारदार टोक होतं.

तो अस्वस्थ झाला. अंतरात भडकलेला वणवा थोडा तरी शांत व्हावा म्हणून तो झऱ्याच्या काठी जाऊन बसला. अकस्मात त्याला शब्द ऐकू आले, 'कोण म्हणतंय हे मंत्र?'

या शब्दांचा त्याला अर्थबोध होईना. त्यानं चोहीकडं पाहिलं. अवतीभोवती कुणी दिसत नव्हतं. 'कुणाचे बरे शब्द असावेत हे?' आकाशवाणी ही झाली जुनी-पुराणी कथा. हे तर विज्ञानाचं युग. या काळात असंभाव्य चमत्कारावर कोण विश्वास ठेवील?

त्यानं त्रासिक स्वरानं प्रश्न केला- 'कुठं, कोण कसले मंत्र म्हणतंय? कसले मंत्र? हे मंत्रयुग नाही. यंत्रयुग आहे.'

त्याला एक विकट हास्य ऐकू आलं. मृत्यूची वाट पाहत रुग्णशय्येला खिळलेल्या वृद्धाच्या निर्वाणाच्या हास्यासारखं त्याचं अंग शहारलं. त्यानं पुन्हा प्रश्न केला, 'कोण, कुठं मंत्र म्हणतंय?' उत्तर आलं, 'आत पहा- आत पहा- या झऱ्याला विचार!'

स्वराज्य (लघुकथा विशेषांक) १६ ऑगस्ट, १९७५

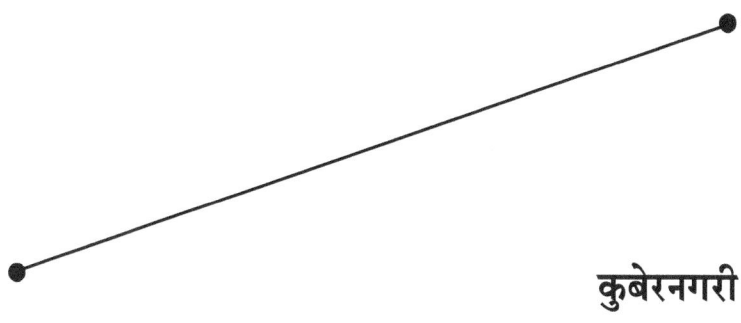

कुबेरनगरी

समोर गगनचुंबी वृक्षांनी भरलेलं निबिड अरण्य पसरलं होतं. त्यात प्रवेश करणं दुर्घट वाटल्यामुळेच की काय सूर्याची किरणं वृक्षांच्या शेंड्यापाशी थबकली होती.

हे भव्य, पण भीतिप्रद दृश्य पाहून प्रवाशांचा जथा जागच्याजागी थबकला.

कुणी सांगावं या अरण्यात वाघसिंहासारखे हिंस्र पशू असतील. भरदुपारीही विषारी सर्प गारवा असलेल्या भूमीवर लोळत पडले असतील.

भयभीत दृष्टीनं सर्वांनी मागं वळून पाहिलं. आपण कोणत्या वाटेनं इथं आलो हे त्यांना कळेना. मागं घनदाट धुक्याचा महासागर पसरला होता. जणूकाही वाऱ्यानंही न हलणारा अजस्र निळसर पडदाच!

कुणाला काही सुचेना. इतक्यात मृदुता व कठोरता यांचं मिश्रण असलेली अशरीरिणी वाणी त्यांच्या कानावर पडली, 'बाळांनो, तुम्हाला मागं फिरता येणार नाही. तुम्ही ज्या मंदिरातून आलात, त्याचा दरवाजा कायमचा बंद झाला आहे. तो आता कधीही उघडणार नाही. तुम्हाला या अरण्यातूनच पुढं गेलं पाहिजे. मधेच थांबलात तर- तर तत्काळ धरणी दुभंगेल आणि-'

सर्व प्रवाशांच्या मुद्रांवर भीतीची दाट छाया पसरली. हे शब्द कुठून येताहेत हे पाहण्याकरिता सर्वांनी कुतूहलानं माना उंचावल्या. चोहीकडं पाहिलं. जथ्यातल्या माणसांखेरीज कुठं चिटपाखरूसुद्धा दिसत नव्हतं. त्यांनी वर पाहिलं. प्रखर सूर्यकिरणांनी त्यांचे डोळे दिपून गेले. पण अधिकारवाणीनं ते शब्द उच्चारणारी मूर्ती कुठंच दिसेना.

ही अदृश्य आकृती पुन्हा बोलू लागली, 'हे अरण्य बाहेरून सुंदर भासलं तरी, आत आत फार भयंकर आहे. ते पार करण्याचा एकच सुलभ मार्ग आहे. अंगावरलं वस्त्र फाडून, त्या पट्टीनं आपले डोळे गच्च बांधून ठेवायचे. पट्टी क्षणभरही दूर न करता सरळ पायाखालच्या वाटेनं चालू लागायचं. जे डोळ्यांना बांधलेली पट्टी

निमूटपणे जशीच्या तशी ठेवतील त्यांना वाट करून देण्याकरिता मोठमोठे वृक्षच काय महाविषारी सर्पसुद्धा आपणहून त्यांच्या मार्गातून दूर होतील. माझं हे मार्गदर्शन जे मनोभावानं स्वीकारतील त्यांना अरण्य ओलांडल्यानंतर कुबेरनगरीचा मार्ग मोकळा होईल. या नगरीत यक्षकन्या स्वत:च्या नाजूक हातांनी त्यांच्या डोळ्यावरल्या पट्ट्या दूर करतील, कल्पवृक्षांच्या कोमल पल्लवांच्या चिमुकल्या द्रोणातून त्यांच्या मुखात अमृतबिंदू सोडतील. जे माझ्यावर श्रद्धा ठेवणार नाहीत त्यांना-'

वर्षाकाळात वेगानं वाहणाऱ्या सोसाट्याच्या वाऱ्यानं वृक्षवेली कंपित व्हाव्यात तसे प्रवासी थरथर कापू लागले. पुढल्याच क्षणी अंगावरली वस्त्रे टराटरा फाडल्याचा आवाज वातावरणात निनादू लागला. जो तो आपल्या डोळ्यांना भलीमोठी जाड पट्टी बांधण्याच्या प्रयत्नात गुंग होऊन गेला.

आपण किती काळ चालत राहिलो आहो याचं त्या प्रवाशांना आकलन होईना. काळोखाने भरलेल्या विशाल विवरातून आपण चालत आहो, प्रचंड गुहेत आपण शिरलो असून, तिचं द्वार भल्यामोठ्या शीळेनं कुणीतरी बंद केलं आहे असा भास त्यांना होत राहिला. तथापि या कंटाळवाण्या प्रवासात विसावा घेण्याकरिता कुणीही पळभरसुद्धा थांबला नाही. ज्याचं त्याचं मन कुजबुजत होतं, 'थांबू नकोस, जो थांबेल तो संपेल. हे अरण्य ओलांडलं की, तुझ्या स्वागताकरिता पंचारती घेऊन उभ्या असलेल्या यक्षकन्या तुला दिसतील.'

शेवटी एकदाचा तो विचित्र प्रवास संपत आला. हळूहळू उन्हाचे चटके अंगाला बसू लागले. पळापळानं ते ऊन वाढत आहे असे जाणवू लागलं.

त्यांच्या कानावर त्या अदृश्य शक्तीचे शब्द पडले, "तुमच्यापैकी पाचजणांनी माझी आज्ञा मोडली आहे. त्यांनी मधेच आपल्या डोळ्यावरच्या पट्ट्या सोडून फेकून दिल्या आहेत. माझ्या आज्ञेचा भंग करणाऱ्या त्या पाचही जणांना आता जी शिक्षा मिळेल ती पाह्यला तुम्ही सर्वांनी आपल्या डोळ्यावरल्या पट्ट्या काढाव्यात. माझा आज्ञाभंग करणाऱ्या पाचजणांनी प्रथम बाजूला व्हावं. 'पट्ट्या काढा' असा माझा आदेश कानी पडताच इतरांनी आपल्या डोळ्यावरल्या पट्ट्या काढून टाकाव्यात."

आपल्या अंगावरलं वस्त्र फाटकं असणार. अशा वेषात कुणीही आपल्याला पाहू नये असा विचार प्रत्येक आज्ञाधारक प्रवाशांच्या मनात येऊन गेला. पण आपल्यापैकी प्रत्येकाच्या अंगावर फाटकं वस्त्र असणार हे लगेच लक्षात येताच त्या सर्वांना हायसं वाटलं. त्या अदृश्य मूर्तीची आज्ञा होताच त्यांनी डोळ्यावरल्या पट्ट्या काढल्या.

जथ्याच्या आज्ञाधारकपणाला गालबोट लावणाऱ्या त्या पाचांना अदृश्य शक्ती कठोर स्वरानं विचारीत होती, 'तुम्ही माझा आज्ञाभंग का केलात? असा अपराध

करणारांना काय शिक्षा होते माहीत आहे का तुम्हाला? तप्त लोहस्तंभांना त्यांना अष्टौप्रहर जखडून टाकण्यात येतं!'

आज्ञाधारक प्रवाशांच्या भल्यामोठ्या समुदायानं या दुर्दैवी पंचकाकडं पाहून समाधानाचा सुस्कारा सोडला. आपल्याला कुबेरनगरी दिसणार, तिथल्या सर्व सुखोपभोगांचा लाभ होणार या कल्पनेनं त्यांच्या मुद्रा प्रफुल्लित झाल्या.

त्या अपराधी पंचकापैकी एकजण धिटाईनं पुढं झाला. त्या अदृश्य मूर्तीच्या दिशेला मान वळवून तो बोलू लागला- "हे शक्तिशाली देवते, मी तुझी आज्ञा मोडली खरी, पण त्याला तसंच सबळ कारण घडलं. डोळ्यांना पट्टी बांधून मी थोडा वेळ चाललो न चाललो तोच कसल्यातरी दिव्य सुगंधानं मी अंतर्बाह्य पुलकित झालो. तो सुगंध कुठून येतो आहे हे पाहण्याची मला अनावर इच्छा झाली. नकळत त्याच्या शोधाकरिता पायाखालची वाट मी सोडून दिली. डोळ्यावरली पट्टी काढून टाकली. तो सुगंध खूप अंतरावर फुललेल्या एक अष्टदल फुलाचा होता. ते फुल हसतमुखानं मला बोलावीत होतं. तो दिव्य सुगंध हीच त्याची मधुरमंजूळ हाक होती."

अशरीरिणी वाणीनं किंचित मृदू स्वरानं दुसऱ्याला प्रश्न केला, "तू हा अपराध का केलास?"

खाली मान घालून तो उद्गारला, "आम्ही दोघं प्रवासी हातात हात घालून चाललो होतो. माझ्या सोबत्यानं झटकन आपला हात सोडवून घेतला. 'अरे हे काय करतोस' असं मी विचारणार तोच 'आई-गं-आई-मेलो-मेलो' असे तो किंचाळला. डोळ्यावरली पट्टी दूर केल्याशिवाय तो कुठं आहे आणि त्याला काय झालंय हे मला कळणं शक्य नव्हतं. मी माझी पट्टी काढून टाकून त्याच्याकडं पाहू लागलो. डोळ्यावरली पट्टी न काढता तो एका गोड किलबिल करणाऱ्या पाखराला धरण्याकरिता धावला होता. आमच्या वाटेच्या बाजूला असलेल्या एका मोठ्या झुडुपाच्या काटेरी नखांनी त्याचं सर्व अंग ओरबडून काढलं होतं. त्या ओरखड्यावर रक्ताचे थेंब दिसत होते. जवळच्याच एका वृक्षाची पानं मी भराभर तोडली. चोळून चोळून त्यांचा रस काढला आणि त्या रसानं माखलेला माझा हात त्याच्या सर्व अंगावरून पुन:पुन्हा फिरवला. हे मला कसं सुचलं हे माझं मलाच कळलं नाही. पुन:पुन्हा माझा हात अंगावरून फिरताच मोठा चमत्कार झाला. या चमत्कारानं मी थक्क झालो. माझ्या मनात आलं हे अरण्य असल्या औषधी गुणधर्म असणाऱ्या वृक्षवेलींनी गजबजून गेलेलं असावं. डोळ्यावर पट्टी बांधून प्रवास करण्यापेक्षा इथल्या वृक्षवेलींच्या अंगी वसत असलेल्या गुणधर्मांचं ज्ञान करून घेणं अधिक चांगलं. या ज्ञानाचा कुणाला ना कुणाला उपयोग होईल."

अदृश्य मूर्तीचे मंद मधुर हास्य सर्वांच्या कानावर पडले. त्या हास्याने उत्तेजित

होऊन की काय तिसरा बोलू लागला, "माते, मी तुझी आज्ञा मोडणार नव्हतो. पण मी मुकाट्यानं चालत असताना वाळलेल्या पानांची सळसळ मला ऐकू आली. तिच्या पाठोपाठ एक भयंकर फुत्कार माझ्या कानी पडला. साऱ्या अंगावर काटा उभा राहिला. जिवाच्या आकांतानं मी घाईघाईनं डोळ्यावरली पट्टी काढून टाकली. माझ्याच दिशेनं भलामोठा सर्प फुत्कार करीत येत होता. जवळच एक वठलेला वृक्ष दिसला. त्याची लहानशी फांदी मी काडकन मोडली आणि माझ्यापुढं उभ्या राहिलेल्या मूर्तिमंत मृत्यूशी झुंज घेतली. तुझ्या कृपेनं ते भलंमोठं धूड मी मारू शकलो. पुन्हा असा प्रसंग आपल्यावर किंवा कुणाही सहप्रवाशावर येऊ नये म्हणून मी डोळे उघडेच ठेवले.''

चौथा पुढं झाला. त्याच्या कानी मृदू स्वर पडला, "तू रे? तू माझा आज्ञाभंग का केलास?'' तो निर्भयपणे सांगू लागला, "मी तुझ्या आज्ञेप्रमाणं चाललो होतो. माझ्या वाटेत एक प्रचंड शीळा आली नसती तर मी डोळ्यावरली पट्टी काढली नसती. पण मी त्या शीळेला अडखळलो, तिच्यावर आपटलो. तुझी कृपा म्हणून माझं डोकं फुटलं नाही. फक्त मुका मार लागला. त्या शीळेचा मला विलक्षण राग आला. तिचे तुकडे तुकडे करावेसे वाटू लागले. इतक्यात माझं लक्ष भोवतालच्या अद्भुत वनश्रीकडं गेलं. चित्रविचित्र वृक्षवेली पाहून मी चकित झालो. हे अरण्य निर्माण करणारा कारागीर कोण असावा याविषयी माझं एक मन विचार करू लागलं. दुसऱ्या मनानं त्याला उत्तर दिलं- 'ज्यानं ही शीळा घडविली त्यानंच या सुंदर वृक्षवेलीही निर्माण केल्या आहेत.' क्षणात माझ्या डोळ्यापुढून एक दिव्य प्रकाशरेखा चमकून गेली. या विश्वातल्या सर्व अचेतन गोष्टी ही एकाच शक्तीची निर्मिती होती. या जाणिवेमुळे मी त्या शक्तीपुढं नतमस्तक झालो. त्या विश्वशक्तीचा विविध विलास पाहताना पायाखालची वाट केव्हा संपली हे मला कळलंच नाही.''

आत्मविश्वासानं परिपूर्ण अशा स्वरानं पाचवा बोलू लागला, "हे महाशक्ती, स्पष्ट बोलतो म्हणून तू रागावू नकोस. तू देवकन्या आहेस का दानवकन्या आहेस याची मला कल्पना नाही. मी एकच गोष्ट जाणतो. ज्या आदिशक्तीनं मला निर्माण केलं, तिनंच मला डोळे दिले आहेत, बुद्धी दिली आहे. त्यांचा उपयोग न करणं हा त्या विश्वशक्तीचा अपमान आहे. कुणीतरी आज्ञा करतो म्हणून डोळ्यावर पट्टी बांधून चालण्याची कल्पनाच मला वेडगळपणाची वाटली. मी अरण्यात शिरताच डोळ्यावरली पट्टी काढून तिचे तुकडे तुकडे केले. या अपराधाकरिता तू देशील ती शिक्षा भोगायला मी सिद्ध आहे.''

डोळ्यांना पट्ट्या बांधून आलेले सारे प्रवासी या पाच अपराध्यांना कोणकोणत्या शिक्षा होणार याची उत्सुकतेनं वाट पाहू लागले. पण त्यांच्या कानावर त्या अदृश्य मूर्तीचे एवढेच शब्द पडले, "वत्सांनो, तुम्हा पाची जणांत शेवटचा अपराधी माझा

अधिक लाडका आहे. तुम्हा पाचांना आपापल्या कुबेरनगरीचा मार्ग सापडला आहे. बाकीच्या प्रवाशांना-''

आज्ञाभंग न करणारे शेकडो प्रवासी कानात जीव आणून ऐकू लागले. अशरीरिणीवाणी म्हणत होती, ''हे पाचजण आपापल्या परीनं स्वतंत्र आहेत. इतरांनी मात्र पुढं चालत राहिलंच पाहिजे.''

जथ्यानं प्राण एकवटून पुढं पाहिलं. क्षितिजापर्यंत चोहीकडं अफाट वाळवंट पसरलं होतं आणि मध्यान्हीच्या उन्हानं निर्माण केलेल्या मृगजळाच्या लाटा त्याच्यावर उठत होत्या, फुटत होत्या- पुन्हा उठत होत्या.

सुगंध १९७५

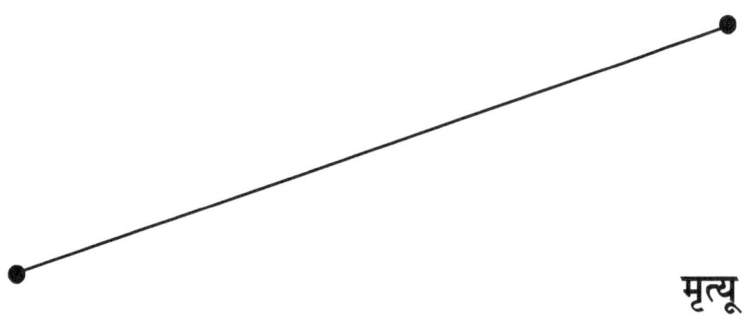

मृत्यू

हरिणी जीवाच्या आकांतानं
धावत होती. धावता धावता
तिच्या तोंडाला कोरड
पडली. तिनं हताशपणे मागं
पाहिलं. पारधी मागून येतच
होता.

पुढं जायला वाट नव्हती.
आता काही क्षणांतच पारध्याचा
बाण आपल्या काळजात घुसणार
या कल्पनेनं ती गर्भगळित
झाली.

पण संकटच माणसाला
धैर्य देतं.

पारध्याकडं तोंड
करून ती निश्चलपणानं
उभी राहिली.

हरिणी जणू काय
आपल्या स्वागताला उभी
राहिली आहे हे पाहून

पारधी आश्चर्यचकित झाला.
तिच्यावर रोखलेला आपला बाण
त्यानं दूर फेकून दिला.

आता विस्मित होण्याची
पाळी हरिणीवर आली.
ती पारध्याला म्हणाली, ''आत्तापर्यंत
तू माझा पाठलाग करीत होतास.
मग माझ्यावर रोखलेला
बाण तू का फेकून दिलास?''

पारधी निरुत्तर झाला.
हरिणी म्हणाली, ''मी सांगू तुला?
क्षणभर एक विचित्र दृश्य
तुझ्या डोळ्यांसमोरून गेलं.
माझ्या जागी तू उभा आहेस
आणि तुझ्या जागी मृत्यू.
तुझ्यावर बाण रोखून तो
उभा आहे.''

'सोनेरी स्वप्नं भंगलेली' मधून, १९७६

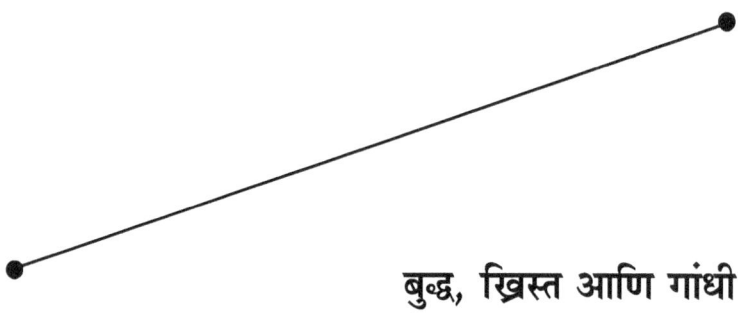

बुद्ध, ख्रिस्त आणि गांधी

स्वर्गाच्या सर्वांत वरच्या मजल्यावर एका प्रशस्त दिवाणखान्यात तिघं संन्यासी बोलत बसले आहेत. त्या तिघांची नावं आहेत बुद्ध, ख्रिस्त आणि गांधी. आपण पृथ्वीतलावर वावरत असताना लोकांना कोणकोणती तत्त्वं शिकविली, आपल्याला लहानमोठे अनुयायी कसे मिळाले, सद्‌विचार, सद्‌भावना आणि सदाचार यांची बीजं ठिकठिकाणी आपण कशी पेरली, आता त्या सर्वांचे केवढे गगनचुंबी वृक्ष झाले असतील, इत्यादी गोष्टी त्या तिघांच्या गप्पांत पुन:पुन्हा येत आहेत. या संस्मरणात अहंता नाही, मात्र आशावाद आहे. पृथ्वीवरला मानव आता अधिक सत्प्रवृत्त आणि म्हणूनच अधिक सुखी झाला असेल अशी तिघांचीही धारणा आहे.

बुद्धाला पृथ्वी सोडून फार दिवस झालेले असतात. साहजिकच आपल्या शिकवणुकीला आलेल्या रसाळ फळांचा मानव कसा आस्वाद घेत आहे, हे पाहण्याची इच्छा त्याच्या मनात प्रबळ होते. स्वर्गापासून पृथ्वीपर्यंतचा प्रवास एकट्यानं करणं कुणालाही कंटाळवाणं वाटेल, म्हणून तो ख्रिस्त आणि गांधी यांना आपल्या बरोबर येण्याचा आग्रह करतो. तेही उत्सुक असतातच. तिघेही मृत्युलोकाचा फेरफटका करायला निघतात.

बौद्धधर्माचे सर्वांत जास्त अनुयायी चीनमध्ये; म्हणून ते तिघं पहिल्यांदा तिकडं वळतात. तिथली लाल लाल क्रांती आणि सुसज्ज सैन्य पाहून बुद्ध हताश होतो. त्यांच्या तोंडून पिळवटलेल्या अंत:करणाचा उद्‌गार निघणार इतक्यात एक प्रमुख चिनी शास्त्रज्ञ या तिघांना भेटतो. 'हा हा म्हणता अर्ध्या जगाची राखरांगोळी करणारा नवा बॉम्ब चीन लवकरच तयार करील,' असं तो मोठ्या अभिमानानं त्यांना सांगतो. तिघंही त्याच्याकडं शून्य दृष्टीनं पाहतात आणि पाठ फिरवून जड पावलांनी चालू लागतात.

मग ही त्रिमूर्ती व्हिएतनाममध्ये दाखल होते. तिथल्या संग्रामात निराधार झालेली बायकापोरं आणि मृत्यूच्या काळ्याकुट्ट सावलीत थरथरत उभी असणारी

घरं-दारं पाहून खांद्यावर क्रूस देऊन पुन्हा कुणीतरी आपल्याला वधस्तंभाकडं नेत आहे असा ख्रिस्ताला भास होतो. इतक्यात त्या तिघांच्या कानांवर कर्ण्यातून येणारे शब्द पडतात- 'उद्या ख्रिस्तजयंतीनिमित्त लढाई एक दिवस बंद राहील.' हे शब्द ऐकून ख्रिस्त मान खाली घालतो. तिघंही पुन्हा जड जड पावलांनी चालू लागतात.

आपण भारत सोडल्याला फार वर्षं झाली नाहीत; तेव्हा निदान तिथं तरी आपल्या शिकवणुकीचं झाड अजून वठलं नसेल अशी गांधींना आशा वाटते. बुद्ध आणि ख्रिस्त यांना बरोबर घेऊन ते मुंबईत दाखल होतात. 'गोसावी-बैराग्या'सारखी दिसणारी ही तीन माणसं. श्रीमंतांच्या हवेल्यांपेक्षा गरिबांच्या झोपड्यांकडं त्यांचे पाय वळतात. एका झोपडपट्टीत ते तिघे प्रवेश करतात. जनावरांचं जिणं जगणारी तिथली माणसं पाहून गांधींच्या घशाला कोरड पडते. ते प्यायला पाणी मागतात. झोपडपट्टीचा दादा अर्थपूर्ण हास्य करतो आणि फर्मास हातभट्टी पुढं करीत तिची किंमतही सांगतो. आपण चुकून भलत्याच देशात आलो नाही ना, अशी गांधींना शंका येते. ते स्वत:ला चिमटा काढून पाहतात. पलीकडं कराकरा अंग खाजवीत उभ्या असलेल्या मनुष्याला या अफाट नगरीचं नाव विचारतात. ही मुंबईच आहे हे ऐकून ते गोंधळतात. मुंबई- ज्या मुंबईत एकेकाळी महात्मा गांधी नावाच्या माणसाच्या शब्दाशब्दानं माणसांची अंतरंगं पेटून निघत होती, 'म्हणती स्त्रिया रणी जाऊ। त्यजिति मुले दिला खाऊ।' असं धुंद वातावरण निर्माण होत होतं- ज्या मुंबईत या दिव्य धुंदीच्या बळावर बाबू गेनू नावाच्या एका साध्या कामगारानं परदेशी कापडाच्या लॉरीखाली कस्पटाप्रमाणं आपले पंचप्राण फेकून दिले होते, आपल्या देहाचा चोळामोळा करून घेण्यात धन्यता मानली होती- तीच ही मुंबई होती.

पण गांधींना ती आपली वाटेना. मुकाट्यानं स्वर्गात परत जाण्याचा विचार ते करू लागतात. इतक्यात एक सुटाबुटातला इसम त्यांच्याजवळ येतो आणि 'तिघांमध्ये मिळून लॉटरीचं एक तिकीट घेतलंत तर तुमचं नशीब उघडेल, तुम्हाला असं भीक मागत फिरावं लागणार नाही!' असा मोफत सल्ला देऊन निघून जातो.

तिघं निमूटपणे स्वर्गाची वाट धरतात.

धरती (मे, १९७०) 'माणूस आणि जीवनमूल्ये' लेखामधून

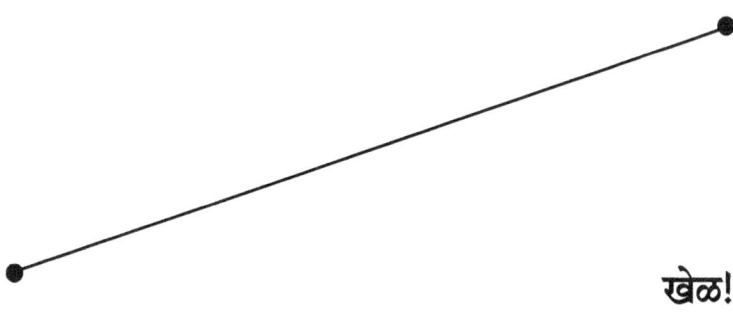

खेळ!

पत्ते पिसले गेले. पानांची वाटणी झाली. चारही खेळाडू उत्सुकतेनं स्वत:ची पानं पाहू लागले. सर्वांच्या अधीर मुद्रांवरून खेळ रंगात येणार हे उघड दिसत होतं.

एक ओरडला, "माझा हुकूम लाल बदाम!"

हे शब्द बाहेर पडतात न पडतात तोच त्याच्या हातातली चौकट, इस्पिक व किलवर पाने कर्कश स्वरात ओरडू लागली, "आम्हाला हुकूम करण्याचा या लाल बदामाला काय अधिकार आहे? आमच्यावर हुकमत गाजविणारा हा कोण? ही हुकूमशाही आम्ही चालू देणार नाही."

उरलेल्या तिन्ही खेळाडूंच्या हातांतल्या चौकट, इस्पिक व किलवर पानांनी त्यांच्या सुरात आपला सूर मिसळून दिला. तारस्वरानं ती ओरडली, "लाल बदाम मुर्दाबाद!"

खेळाडू भांबावले. आज या निर्जीव पानांच्या अंगात कुठली पिशाचं संचारली आहेत, हे त्यांना कळेना. ते गोडीगुलाबीनं त्यांची समजूत घालू लागले, "बाबांनो, हा खेळ आहे. या खेळात कुठला ना कुठला हुकूम बोललाच पाहिजे. नाहीतर खेळता कसं येईल?"

लाल बदामाशिवाय सारी पानं किंचाळू लागली, "आम्हाला हा भेदभाव मान्य नाही. हा अन्याय आम्ही सहन करणार नाही. इस्पिक आणि किलवर यांना काळा रंग कुणी दिला? वाटेल त्याच्या तोंडाला काळं फासण्याची ही झब्बूशाही आम्ही चालू देणार नाही. या भयानक विषमतेविरुद्ध आम्ही बंड करणार."

लाल बदामाशिवाय बाकीच्या रंगांची पानं घसा खरवडून ओरडू लागली. खेळाडू पुन:पुन्हा त्यांची समजावणी करीत होते, "हा खेळ आहे. खेळासाठी काही संकेत मान्य करावे लागतात."

बंडखोर पाने ओरडली, "आम्ही सारे संकेत पायाखाली तुडविणार. त्यांचे तुकडे तुकडे करणार!"

खेळाडू विनवणीच्या सुरात समजूत घालू लागले, ''पिढ्यान्‌पिढ्या हे संकेत चालत आले आहे. खेळाच्या सोयीसाठी सर्वजण ते पाळीत आले आहेत.''

बंडखोर पानांचा आक्रोश आणि थयथयाट सुरू झाला, ''संकेत म्हणजे लोखंडी बेड्या, भूतकाळाशी बांधून टाकणाऱ्या शृंखला. आम्ही त्या मोडून तोडून फेकून देणार. सारे संकेत जाळून पुरून टाकणार.''

खेळाडू हताश झाले. कातावून त्यांनी हातातली पानं कोपऱ्यात फेकून दिली. सृष्टिसौंदर्यात मन रमविण्याकरिता ते खोलीबाहेर पडले.

दुसऱ्या दिवशीची संध्याकाळ नेहमीप्रमाणेच शांत, स्निग्ध व मंद पावलांनी पृथ्वीवर येऊ लागली. दिवसभराच्या कामानं कंटाळलेले ते चारही जीव पत्ते घेऊन बसले. त्यांना वाटलं, काल या पानांच्या अंगात आलेलं वारं आज निघून गेलेलं असावं.

ते खेळायला बसले. पानं पिसली गेली. पानांची वाटणी झाली. प्रत्येकजण आपल्या हातातली पानं उत्सुकतेनं चाळू लागला. कुणीतरी आनंदानं ओरडला, ''माझा हुकूम किलवर!''

प्रत्येकाच्या हातातली पानं चुळबुळ करू लागली. खेळाडू कालच्या आठवणीनं अस्वस्थ झाले.

किलवर राणीच्या पानावर प्रतिस्पर्धी खेळाडूनं किलवर राजा टाकला. 'हा हात आपला आहे' असं त्याला वाटलं. इतक्यात राणी ओरडली, ''या राजापेक्षा माझ्यात काय कमी आहे? दरबारात राजा-राणी एकाच सिंहासनावर बसत नाहीत का? एखाद्या गावंढळ दारुड्या नवऱ्यानं नशेच्या तारेत बायकोला मारावं तसा याला मला मारण्याचा काय अधिकार आहे? मी या पाशवी जुलमाला बळी पडणार नाही. माझं स्वातंत्र्य मला हवंय.''

तिसऱ्या खेळाडूच्या हातातला किलवर गुलाम ओरडला, ''राणीला स्वातंत्र्य हवं, मग गुलामाला का नको? यापुढं राजाराणीच्या बरोबरीनं मला मान मिळणार असला तरच मी खेळात भाग घेईन. नाहीतर- पायांतल्या बेड्यांखेरीज गुलामापाशी गमावण्यासारखं दुसरं काय असतं?''

चौघांच्याही हातातल्या चारी रंगांच्या दुर्‍या, छक्के, दहिले जोरजोरानं ओरडू लागले, ''आमची किंमत कमी का? आम्हाला खालच्या दर्जाचं कुणी ठरवलं? ते का? या समतेच्या काळात असली भयानक विषमता आम्ही चालू देणार नाही. साऱ्या पानांचा आकार सारखा. तशी त्यांची योग्यताही सारखी मानायला हवी.''

खेळाडू त्यांची समजूत घालू लागले, ''बाबांनो, खेळासाठी मान्य केलेले संकेत आहेत. ते संकेत सोडून कुणालाच खेळता येणार नाही.''

दुर्‍रीपासून दहिल्यापर्यंत साऱ्या रंगांची सारी पानं ओरडू लागली, ''आम्ही हा

अन्याय सहन करणार नाही. सारी पत्त्यांची पानं इथून तिथून सारखी. सर्वांची किंमत सारखी. हा राजा, हा गुलाम, ही दुर्री, हा दहिल्या असले भयानक भेदभाव आम्ही चालू देणार नाही.''

खेळाडूंनी नाना तऱ्हांनी त्या पानांची समजावणी करण्याचा प्रयत्न केला, पण सारी पानं ओरडत राहिली, ''तुमचा खेळ होतो, पण आमचा जीव जातो. आम्ही हा जुलूम सोसणार नाही.''

खेळाडू परस्परांकडं निराशेनं पाहू लागले. मग त्यातला एकजण उठता उठता म्हणाला, ''ही सारी पानं जाऊ देत चुलीत. उद्यापासून आपण दुसरा खेळ खेळू.''

दुसरा खेळाडू पानांची समजूत घालू लागला. तो पुनःपुन्हा म्हणत होता, ''काहीतरी नियम ठरविल्याशिवाय कुठलाच खेळ खेळता येणार नाही. आमचे वाडवडील पिढ्यानूपिढ्या जसे खेळत आले-'' पानं एकदम ओरडली, ''ते वाडवडील गेले खड्ड्यात. त्यांनी कधीकाळी घातलेले नियम आम्ही आज का पाळायचे? आम्ही आमचे नियम बनवणार.''

आता खेळायला मिळेल या आशेनं तिसरा व चौथा खेळाडू आनंदित झाले. तिसरा तोतरा होता. तो काही बोलणार इतक्यात चौथा खेळाडू म्हणाला, ''तुमचे नियम आम्हाला सांगा. त्याप्रमाणं आम्ही खेळू.''

दुर्री, तिर्री आनंदानं नाचत म्हणाली, ''मग सारा क्रमच फिरवा. आज एक्क्याला जी किंमत आहे ती दुर्रीला द्या. एक्क्याची किंमत सगळ्यात कमी करा.''

चौघेही खेळाडू प्रफुल्लित मनानं म्हणाले, ''आमची हरकत नाही. असाही खेळ आम्हाला खेळता येईल. आत्ता खेळून दाखवितो तो आम्ही.''

ते खेळायला सुरुवात करणार इतक्यात सत्त्या, अठ्ठ्या जोरजोरानं ओरडू लागले. बेंबीच्या देठापासून ते आक्रोश करीत होते, ''म्हणजे दुर्री, तिर्रीला आता किंमत येणार नि आम्ही मधले लोक मधेच लटकत राहणार. आत्तापर्यंत जुन्या संकेतांच्या थपडा आम्ही खाल्ल्या. आता नव्या संकेताच्या थपडा- नाही, आम्ही थपडा खाणार नाही. आम्ही सहकार्य देणार नाही. आम्ही संप करू.''

खेळाडू हताश झाले. त्यांनी रागानं हातातली पानं रागानं दूर भिरकावून आपटली. त्यातला मिस्कील होता, तो इकडंतिकडं पसरलेल्या पानांना म्हणाला, ''आता असं करा, आम्हा चौघांचे तुकडे तुकडे करून तुम्ही घ्या नि सारी पानं खेळायला बसा!''

राजस (दिवाळी) ऑक्टोबर-नोव्हेंबर १९७४

www.ingramcontent.com/pod-product-compliance
Lightning Source LLC
Chambersburg PA
CBHW060829250626
47162CB00005B/1998
9788177662771